ஜெபமாலை

கா. ந. அண்ணாதுரை

Title: Jebamalai

Author: C. N. Annadurai

Language: Tamil

First Published on: 1952

Year of Publication: 2024

Book Format: Paperback

*Page Size: 6inch * 9inch*

Category: Fiction

Subject: Short Stories

No. of pages: 53

ISBN: 978-81-988143-6-4

Published by: Nilan Publishers, Madurai, Tamilnadu, India

பொருளடக்கம்

குறிப்புகளுக்காக

ஜெபமாலை

"எங்கே என் ஜெபமாலை? ஐயோ! ஜெபமாலையின்றி நான் ஒரு கணமும் உயிர் தரியேனே. என் உயிருக்கு உயிர், ஜெபமாலையல்லவா? என் வாழ்வுக்கு வழிகாட்டி, இருதயத்துக்கு இன்பம், துயர் நீக்கும் துணை, கதியளிக்கும் காவல், ஜெபமாலையாயிற்றே, ஜெபமாலையின்றி நான் எப்படி இருக்கமுடியும்?

என் எதிரே, முத்து, ரத்னம், தங்கம், பட்டு, எல்லாம் இருந்தும் என் மனம், ஜெபமாலையையே நாடுகிறது. ஜெபமாலை என்னை ஆட்கொண்டபிறகு, வேறு எதற்கும் நான் அடிபணியமாட்டேன். ஜெபமாலை வேண்டும்! இப்போதும், எப்போதும்! என்னுடனேயே இருந்தாகவேண்டும். கொண்டு வா ஜெபமாலையை."

ஜெபமாலை ஒளிந்திருந்த இடத்திலிருந்தே 'களுக்'கெனச் சிரித்தாள். எவ்வளவு பசுப்புகிறான், என்னென்ன புரட்டுப் பேசுகிறான்; உண்மையா அவனுடைய உரை? இல்லை! உள்ளத்திலிருந்தா வந்தன? கிடையாது; உதட்டளவுதான்! ஏன் ஜெபமாலை ஜெபமாலை என்று உருகுபவன் போல நடிக்கிறான்? இலாபமிருப்பதால்!

ஜெபமாலை, கோபுரநாதன் மகள், ஊரெங்கும் கோபுரநாதனுக்கு மதிப்பு, ஜெபமாலையை மணந்ததால், அந்தக் குடும்பச் செல்வாக்கு, ஆண்டிக்குக் கிடைத்தது. ஆண்டி, வேலை வெட்டி செய்யாமல், பரிமளமாக வாழ்ந்ததே ஜெபமாலையின் தயவினால்தான். ஜெபமாலையுடன் ஆண்டி வாழ்ந்ததால்தான், ஆண்டிக்கு, ஊரிலே, செல்வம், செல்வாக்கு எல்லாம். கண்ணியமும் காணிக்கையும் கிடைக்கும்படி செய்ததாலேயே ஜெபமாலைமீது, ஆண்டி தனக்கு

அமோகமான காதல் இருப்பதாகக் கூறினான். ஆண்டியின் மனதுக்குச் சந்தோஷமூட்டுவது, ஜெபமாலையின் 'சிபாரிசு' பெற உதவும்; அந்தச் சிபார்சு, கோபுரநாதனின் உதவியைத் தமக்கு வாங்கித் தரும். ஊரார் ஆண்டியை ஆதரித்ததன் மர்மம் அதுவே. ஆண்டிக்குத் தெரியும் ஜெபமாலையின் அருமை பெருமை, ஆண்டியின் அன்பு' வெறும் வேஷமே தவிர, உண்மையல்ல. ஜெபமாலையின் தயவால் செல்வாக்குப் பெற்றதும், ஆண்டியின் மனம், தங்கத்திடம் தாவும். முத்து, ரத்னம்,பட்டு என்று கண்ட கண்டபுடி இருக்கும், ஆண்டி தேடும் காதல். ஜெபமாலை இதை அறிந்தே நகைத்தாள். ஊராரோ, ஆண்டிக்கு ஜெபமாலையிடம் உள்ள அன்பே அன்பு. தங்கம், முத்து, ரத்னம்,பட்டு, எங்கும் மனதை அலையவிடவில்லை பார், எவ்வளவு உறுதி, உள்ளன்பு என்று பகழ்ந்தனர், பைத்தியக்காரர்கள்! ஜெபமாலையைப் பெற்றுவிட்டால்,பிறகு, ரத்னமும் முத்தும், பட்டும் தங்கமும், ஆண்டியின் அடிதொழ வருகிறார்கள் என்ற தைரியமல்லவா அவனுக்கு. "உங்கள் எதிரே சொல்கிறான், ஜெபமாலையே உயிர் என்று; நீங்கள் போய்விட்டதும், என்னை ஏறெடுத்தும் பார்க்கமாட்டான். தங்கத்தின் தளுக்கு, முத்துவின் மோகனப் பார்வை, பட்டுவின் பளபளப்பு-- இவைகளிலே சொக்கிவிடுவான். நான் கிடப்பேன் ஒரு மூலையில், கவனிப்பாரற்று, இதை அறியாமல், என்னையே அவன் உள்ளன்போடு நேசிக்கிறான் என்று எண்ணி ஏமாறுகிறீர்களே!" என்று ஜெபமாலை எண்ணச் சிரித்தாள்.

ஆண்டி, உள்ளே சென்றான், சிரிப்புச் சத்தத்தைக் கேட்டு.

"ஜெபமாலை! வா! ஏன் தயக்கம்?"

"ஏன் வரவேண்டும்? நயவஞ்சராகிய தங்களிடம்"

"நமக்குள் இருக்கும் தகறாரு பிறகு பார்த்துக்கொள்வோம். நாலுபேர் எதிரே, என்னை அவமானப்படுத்தி விடாதே, வா."

"முடியாது. உன் மோசடிக்கு, நான் எத்தனை காலம் உடந்தையாக இருப்பது? நீ ஊரை ஏய்க்கிறாய், என்மீது அமோகமான அன்பு இருப்பதாகக் கூறி. அவர்களும் நம்பி, உன் அடிபணிகிறார்கள். இந்த நயவஞ்சக நாடகத்துக்குத்தானே நான் பயன்படுகிறேன். என்னிடமா உனக்கு உண்மையிலே அன்பு? ஊரை நீ ஏய்க்கலாம், என்னை ஏமாற்றமுடியுமா?"

"ஜெபமாலை! உன்னால் நான் உயர்வு அடைந்தேன்; உன்னை நம்பித்தான் வாழுகிறேன். உன் அருள் இல்லாவிட்டால், நான் ஊராரால் ஒரு காசுக்கும் மதிக்கப்படத்தான்மாட்டேன், உத்தமகுண ஜெபமாலை! என்னை இந்தச் சமயம், கைவிடலாமா?"

"இப்படிப் பசப்பிக்கொண்டே இருப்பானேன்?"

"பழகிவிட்டேன் அப்படி! என்ன செய்வது?"

"இந்த 'மோசடி'க்கு நான் உடந்தையாக இருந்தால் கூட இன்னும் நெடு நாளைக்கு உன் காலம் இப்போது உள்ளது போலவே இருக்குமென்று நினைக்காதே!'

"ஜெபமாலை! ஏன் உனக்கே உன் சக்தியிலே, சந்தேகம்? வேண்டாம். நீ இருக்குமட்டும் எனக்கு ஒருகுறைவுமில்லை,"

"அதுதான் தவறு என்று சொல்கிறேன். காலம் இப்படியே இராது. ஜெபமாலையிடம் காட்டும் அன்பு வெறும் வேஷம், உண்மையான அன்பு தங்கத்திடம் என்று ஊரார்

தெரிந்துகொள்வார்கள். இப்போதே அந்தத் தெளிவு ஏற்பட்டுக்கொண்டுதான் வருகிறது!"

"ஜெபமாலை! நீயா இப்படிப் பேசுகிறாய்? நீ யாருடைய மகள்? எப்படிப்பட்ட குடும்பம்?"

"கோபுரநாதருக்கேகூடத்தான், இப்போது குறைந்து வருகிறது செல்வாக்கு."

"ஏன்?"

"ஏன்! ஜெபமாலை போன்ற மகளை, உன்போன்றவர்ளுக்குத் தந்துவிட, அந்தச் சம்பந்தத்தை துணையாக வைத்துக்கொண்டு, நீ ஊரை ஏமாற்றுவைத்தால்தான்"

"நான் என்ன ஏமாற்றினேன், ஜெபமாலை?"

"விரிவாகக் கூறவா? வயிறு எரிகிறது. ஊராரின் உபத்திரவம் அத்தனையையும், கோபுரநாதரிடம் எடுத்துக் கூறித் தீர்த்துவிடுவதாகக் கூறுகிறாயல்லவா?"

"ஆமாம்."

"ஊரார், ஏன் நம்புகிறார்கள்? உன் திறமையை மதித்தா?"

"இல்லை! என்னுடன் நீ இருப்பதால்,"

"ஊராரின் தொல்லை தீருகிறதோ?"

"இல்லையென்று தான் சொல்லவேண்டி இருக்கிறது."

"நீ உண்மையிலே கோபுரநாதரிடம் முறையிட்டுக் கொள்வது, மக்களின் கஷ்டத்தைப் போக்குங்கள் என்றா?"

"போ, ஜெபமாலை! என் மானத்தையே வாங்குகிறாய்."

"நான் அறிந்துகொண்ட இந்த உண்மைகளை, ஊரார் தெரிந்துகொண்டால், பிறகு தெரியும் உன் செல்வாக்கு!"

"பயம் காட்டாதே, ஜெபமாலை!"

"பயம் காட்டவில்லை; நானே பயப்படுகிறேன். நீயும் கூடச் சேர்ந்துதானே எங்களை எய்த்தாய் என்று ஊரார் என்னையும் துன்புறுத்துவார்கள் என்று எண்ணிப் பயப்படுகிறேன்."

"போதும் உன்னுடைய வாதம்! வா, ஜெபமாலை! உன்னைப்பெற்ற பிறகு நான் இழக்கத் துளியும் சம்மதியேன், நீ இல்லாவிட்டால், என் கதி என்ன ஆகும்? எனக்கு இப்போதுள்ள உயர்நிலை இருக்குமா பிறகு? ஜெபமாலை! ஜெபமாலை!வா, வா! என்னோடு இரு கைவிடாதே! ஜெபமாலை,வா,வா!"

"ஏ புதுமடத்தாண்டி, என்ன இது, குளறிக்கொட்டறே! ஜெபமாலை ஜெபமாலைன்னு கூச்சலிட்டு எங்க தூக்கத்தையும் பாழ் செய்யறே, என்ன இழவு, கனவு கண்டு கூவினே?"

பக்கத்தில் படுத்து உறங்கிக்கொண்டிருந்த பண்டாரங்கள், புது மடத்தாண்டி, தூக்கக் கலக்கத்திலே ஜெபமாலை ஜெபமாலை

என்று உளறியது கேட்டு, தட்டி எழுப்பி, என்ன விஷயம் என்று கேட்டனர்.

திடுக்கிட்டு எழுந்த புதுமடத்தாண்டி, முதலிலே தன் திருவோட்டைத் தேடினான். அதிலே, தன் ஜெபமாலை இருக்கக்கண்டு, "அப்பா! இருக்கு!" என்றான். பிறகு சொன்னான், கனவிலே ஜெபமாலை ஒரு பெண்ணாகத் தோன்றித் தன்னிடம் வாதுபுரிந்ததையும், வம்புக்கு நின்றதையும் அதுதான் மேலே இருப்பது.

புது மடத்தாண்டினய மற்றவர் கேலி செய்தனர், பித்தமா உனக்கு, என்று, அவன் மட்டும் கோபத்தோடேயே "கண்டது கனவுதான். ஆனால் ஜெபமாலை பேசமுடியுமானால், என்னைமட்டுமா உங்களை எல்லாம்கூடத்தான், அதே கேள்விகளைக் கேட்டுத் திணறவைக்கும்" என்று சொன்னான். மேலும் சற்று உரத்த குரலிலே சிரித்தனர் பண்டாரங்கள். "டே! புதுமடத்தாண்டி! திருவாவடுதுறை, தருமபுரி, சிருங்கேரி, முதலிய இடங்களிலே கேள்வி கேட்கத் துணிவில்லாத ஜெபமாலை, போயும் போயும், போக்கிடமற்ற நம்மிடமா கேள்வி கேட்கும்? அங்கே அல்லவா, உன் கனவிலே நடந்த காட்சி நடக்கவேண்டும்!" என்றனர்.

"அது சரி! ஆமாம்." என்று கூறிவிட்டுப் படுத்தான் புதுமடத்தாண்டி. ஒரு புதிய பயம் அவனைப் பிடித்துக் கொண்டது. ஜெபமாலை ஒருநாளும் பேசப்போவதில்லை. ஆனால்,ஜனங்களே அதுபோலப் பேச ஆரம்பித்தால், கேள்வி கேட்கத் தொடங்கினால், ஆபத்தாக முடியுமே என்று நினைத்தான். பயம் கொஞ்சநேரம்தான் இருந்தது, பிறகு அவனும் மற்றவர்கள் போலவே ஆனால், மனதிற்குள் சொல்லிக் கொண்டான், "அந்தப் பெரிய இடங்களை'க் கேள்விகேட்டு, என்னென்ன செய்யவேண்டுமோ அவைகளைச் செய்து விட்டு'ப் பிறகுதானே நம்மைப்போன்றவர்களைக் கேட்க வருவார்கள்;

பார்த்துக்கொள்வோம் அப்போது" என்று தூங்கினான் நிம்மதியாக.

தனபாலச் செட்டியார் கம்பெனி

[கற்பனைதான்! ஆனால் இந்தப் புள்ளிகளின் வாழ்க்கை வேறு விதமாகவா இருக்கும்? முதலாளி செட்டியாரின் முடுக்கும், பாட்டாளியின் அலுப்பும், இருசாராரின் மனோநிலையும் இருப்பதைத்தான் தீட்டினேன். வாழ்க்கை இருக்கும் விதங்களைப் படம் பிடித்துப் பாருங்கள், வண்டி வண்டியாக ஏடுகளைப் படித்தாலும், கிடைக்காது; இதனால் கிடைக்கும் பாடத்துக்கு நிகராக.]

வாழ்க்கை

தனபாலச் செட்டியார் குறிப்பேடு

7—1—40

அ.மு.க. வரவு வட்டி வகைக்கு 648. 60

கடை வாடகைக்காக காளிங்க நாயுடு வரவு 68.00

வண்டிச் சத்தம் 0.60

குமாஸ்தா குமரன் பற்று 5.00

வீட்டுக்கு மருந்துச் செலவு 22.00

பஞ்சாமிருத அபிஷேகத்துக்கு லோகாமிர்த குருக்கள் பற்று 75.00

வக்கீல் சுந்தரம் ஐயர் பற்று 32.00

காவல்காரக் கந்தன் பற்று 28.00

ஆரஞ்சுப்பழம் 18.00

அம்பிகா ஓட்டல் செலவு 28.00

—— —— ——

வரவு மொத்தம் 716.60

செலவு *140.40*

—— —— ——

இருப்பு *575.80*

தனபாலச் செட்டியார், வட்டிக்கு பணம் தருபவர், பல வீடுகளை வாடைகைக்கு விட்டு அதனால் வருமானம் பெறுபவர். அவருடைய குறிப்பேட்டிலே ஒருநாள் தகவல் தந்திருக்கிறது மேலே!

குமாஸ்தா குமரப்பன் குறிப்பு

8--1--40

செட்டியார் வரவு *5.00*

அரிசி கடைக்காரனுக்கு *1.80*

விறகுக் கடைக்கு *0.60*

காய்கறி *0.20*

கோயில் செலவு அர்ச்சனை உட்பட *0.40*

சினிமா *0.80*

தண்டல் செலுத்தியது *2.00*

குழந்தைக்கு ரிப்பன், சோப் *0.40*

வரவும் செலவும் இங்கே நேராகி விட்டது!

கந்தன் குறிப்பு

செட்டியார் வரவு *2.80*

சாராயக்கடை *0.14*

நாஸ்தா *0.20*

வீட்டுக்கு *1.00*

ஈட்டுக்காரன் *0.80*

இங்கேயும் வரவு செலவு நேர்!

குப்பி குறிப்பு

அவர் தந்தது 1.60
அரிசி 0.80
கருவாடு 0.10
மிளகாய் 0.20
எண்ணெய் 0.20
உப்பு 0.10
பூஜாரிக்கு 0.20

இங்கேயும் கணக்கு நேர்!

லோகாமிர்த ஐயர் குறிப்பு

செட்டியார் வரவு 75.00
பழக்கடைக்காரனுக்கு 15.0
சாமாவுக்கு 5.00
பஞ்சாமிர்த பிரசாதம் தந்த
வகையில் சு, ப, சு வரவு: 6.00
சேட்சிமனவால் 3.00
முத்து முதலி 7.00
நாகலிங்க நாயுடு 4.00

—— —— ——

வரவு 95.0
செலவு 20.0

—— —— ——

இருப்பு *75.0*

இங்கே கணக்கு நேரில்லை! சீர் இருக்கிறது!!

பங்கஜவல்லி கணக்கு

ஐயர் வரவு *75.0*
பம்பாய் சிலக்சேலை *35.0*
ஆர்கண்டி ஜாக்கட் *6.0*
ஜானகிக்குப் பட்டுப்பாவாடை *12.0*
குட்டிக்கூரா சோப், பவுடர்,
ஜவ்வாது, ரிப்பன் *5.00*
சிந்தாமணி செலவு *2.80*
பெங்களூர் காய்கறி *2.00*
வரவு *75.00*
செலவு *62.80*

—— —— ——

இருப்பு *12.80*

இங்கே, கணக்கு நேராகவில்லை!

செட்டியார் கணக்கு காலிகோ பைண்டு நோட்புத்தகத்திலே குமஸ்தாவால் எழுதப்பட்டது. குமாஸ்தா குமரப்பன் தன் குறிப்பைப் பாக்கட் சைஸ் டைரியில் குறித்துக்கொண்டான். லோகாமிர்த ஐயர், கும்பாபிஷேக விளம்பரக் காகிதங்களைக் கொண்டு, குமாரிகோகிலம் அழகாகத் தைத்துக்கொடுத்த நோட்டுப் புத்தகத்திலே விவரம் எழுதி அதைப் பாகவதத்திலே பத்திரமாக அடக்கம் செய்தார்! பங்கஜவல்லியின் கணக்கு, சினிமா விளம்பரத்தாளின்

பின்புறத்திலே குறிக்கப்பட்டது. கந்தனுக்கும், குப்பிக்கும், ஏடு ஏது எழுத!

அவன் வீடுவந்தான் ஒரு ரூபாயைத் தந்தான்.

"என்னா இது? எழவாப் போச்சு, ஒத்தே ரூபாயைக் குடுத்தா, எதுக்குன்னு ஆகும்?"

"ஒத்தெ ரூபாயா? ஒங்கப்பன் நோட்டு நோட்டா நீட்டறானா? போடி, இந்தப் பணத்தை வாங்க அந்தப் பயகிட்ட நான் பல்லைக் காட்டினது உனக்கென்னா தெரியும்?"

"அப்பாடுணயா சொல்லுங்க? ஒத்தே ரூபாதானா கொடுத்தார்?"

"ஆமாண்டின்னா......."

"தெரியுதே லட்சணம்! சொல்லுவானேன்? நீங்க நின்ன நிலையிலேயே ஆடறது சொல்லுதேன்னே! ஐஞ்சு ரூபா வாங்கி அனியாயமா குடிச்சுப்போட்டு, என் அடிவயித்திலே நெருப்பைப் போடறிங்க."

"சிச்சீ! ஐஞ்சுமில்லே பத்துமில்லை. ரெண்டரை ரூபா கொடுத்தாரு"

"மிச்சம் எங்கே? என்னாங்க அனியாயம், ஒண்ணரை ரூபாய்க்கா குடிச்சித் தொலைக்கணும்??"

"செ, கழுதெ! எவண்டி ஒண்ணரைக்கும் ரெண்டரைக்கும் குடிப்பான். ஒங்க அண்ணனா ஈட்டுக்காரன்?"

"ஈட்டுக்காரனுக்குக் கடனைக் கொடுத்திட்டிங்களா?"

"விடுவானா? எட்டணா வாங்கிக்கிட்டான்"

"போவுது. அப்படின்னாலும், இன்னம் ஒரு ரூபா?"

"ஒரு ரூபா? முழுங்கிட்டேன் போயேன், பசியானா பசி உயிர் துடிச்சுது கொஞ்சம் நாஸ்தா பண்ணேன்"

"ஒரு ரூபாய்க்கா?

"ஏண்டி எனக்கென்ன, சாலா வயிறு? ரெண்டணாவுக்குத் தின்னேன்?"

"மிச்சம்"

"மிச்சம் இருக்குது"

"எங்கே"

"இருக்குதுன்னா விடுவயா, சும்மா மனஷனைப் பிடுங்கறேயே"

"எங்கேன்னா சொல்லுங்களேன்?"

"முடியாது போடி! சொல்ல முடியாது, காட்டவும் முடியாது"

"இருந்தாத்தானே காட்ட. அந்த எழவெடுத்த சாராயத்தை ஊத்திக்கிட்டு வந்தூட்டாச்சி. அடிவயித்தையே கலக்குதே,அடிக்கிற நாத்தம்"

"நாத்தமா அடிக்குது? இவ உடம்பு செண்டு நாத்தமாடி அடிக்குது! நாயே!"

இந்தவிதத்திலே கணக்குக் குறிக்கப்பட்டது. உரையாடலின் முடிவிலே, கந்தனின் கரம் குப்பியின் முதுகைப் பதம் பார்க்க அந்த அம்மையின் குரல், அண்டைபக்கத்து வீட்டாரின் காதுகளைக் குடைந்தது. குப்பு அதற்குப் பிறகு, தன் வரவு செலவுக் கணக்கைத், தின்பண்டம் கேட்ட குழந்தையின் முதுகிலே அறை கொடுத்தபடி, கூறிவிட்டாள். " அந்தப் பாவி ஈட்டுக்காரனுக்கும். சாராயக் கடைக்கும் அழுதது போக மிச்சம் 1-ரூபா கொடுத்தான். அரிசிக்கு அரைரூபா போச்சி, முளகா இரண்டணா ஆச்சி, உப்பு ஒரு அணா, எண்ணெய் இரண்டணாமிச்சம் ரெண்டணா முந்தானியிலே முடிஞ்சிவைச்சிருந்தேன், மூலக்காத்தாளுக்குக் கிடா வெட்டறாங்க, ஏகாச்சும் குடுன்னு பூஜாரி அய்யா கேட்டாரு, இருந்ததெ கொடுத்தேன். வேறெ என்ன இருக்கு எங்கிட்ட? தின்பண்டம் வேணும்னா நான் திருடத்தான் போகணும், ஓணாவுக்குக் கருவாடு வாங்கி வந்திருக்கிறேன். அதைத்தானே செய்யப்போறேன்.அதைத் தின்னாமே ஓலமிட்டா உதைதான் கிடைக்கும்?" என்று குப்பி கூவித் தன் வரவு செலவைப் பதிவு செய்தாள்.

குடும்ப வரவு செலவு இவ்வகையாக இருக்கிறது. பணம் கிடக்கட்டும் ஒருபுறம், பாடு எப்படி என்று பாருங்கள்.

செட்டியார் வேலை

காலை 7-30 க்குக் கண் விழித்தார்.

7-45க்குப் படுக்கையை விட்டு எழுந்தார்.

8-30க்குள் காலைக் கடன்களை முடித்தார்.

9-30 வரை, வீட்டிலே இருந்தார், காலை டிபன் வகையறா சாப்பிட்டார்.

வண்டி வந்திருப்பதாகக் காவல்காரன் வந்து சொன்னான்.

"ஏண்டா தடிக்கழுதே! நீ வர வரச் சுத்தச் சோம்பேறியாகிவிட்டே" என்று செட்டியார் கோபித்துக் கொண்டார்.

அந்தச்"சோம்பேறி" காலையிலே 4-30க்கு எழுந்திருந்தான். நடவு வேலையைச் சுருக்காக முடிக்கவேண்டுமென்று செட்டியார் சொல்லிவிட்டு வரச்சொன்னார் என்று உழவனிடம் போய்க் கூறிவிட்டு, ஒரு ஓட்டமாகத் தோட்டதுக்குப் போனான், அங்கு மத்தியானம் ஐயாவுக்கு ஆறு 'இளநீர்' எடுத்துக்கொண்டு கடைக்கு வரச்சொன்னான். அதைச் சொல்லிவிட்டு வருகிற வழியிலே, நெல்மண்டிக்குப் போனான், சுமார் ஒரு பத்து வண்டிதான் வந்திருக்கு என்ற கணக்கு எடுத்துக்கொண்டான், எஜமானனுக்குச் சொல்ல குடிசைக்குப் போனான். அங்கே கட்டை இல்லை,புளியவிறகு ஒரே முடிச்சா இருக்கு என்று குப்பி சொன்னாள், கோடாலி எடுத்து நாலு தட்டு தட்டிப் போட்டுவிட்டு, ஒரு வெத்திலே காம்பு போட்டுக்கொண்டு, பழையபடி செட்டியார் பங்களா வந்து சேர்ந்தான், வண்டிக்காரனுக்கு "ஐயா புறப்படப் போறாரு" என்ற செய்தி கூறிவிட்டுப், பிறகு வந்து கூறுகிறான், வண்டி வந்திருப்பதாக, செட்டியார், அந்தக் "சோம்பேறி"யைக் கண்டித்துவிட்டு மனைவி அறைக்குப் போகிறார். வெளியே வருகிறார் 11 மணிக்கு! வண்டி இதற்குள் மூன்று தடவை அவிழ்த்து அவிழ்த்துக்கட்டியாகிறது. சோம்பேறி சுந்தன் குரோடன்சுகளுக்குத் தண்ணீர் ஊற்றி விட்டு, வேலிப்பக்கம் இருந்த குழியிலே மண் வெட்டிப் போட்டுச் சரிப்படுத்திவிட்டு, விளாமரத்திலிருந்து பழம் பறித்து வீட்டுக்குள்ளே கொண்டுபோய்ச் சேர்த்துவிட்டு,

வியர்வையைத் துடைத்துவிட்டு, சாயத்துணியை உதறித் தலையிலே கட்டுகிறான். செட்டியார் அவனை "என்ன ராங்கிடா உனக்கு! துணியை உதறுவதும், தலையிலே முண்டாசு கட்டுவதும், மாப்பிள்ளை போல உலாத்துவதுமா இருக்கறேயே தவிர, வேலை வெட்டி ஒழுங்காகச் செய்யறியா? வரவர ரொம்பக் கெட்டுப் போய்விட்டே உனக்கென்ன இங்கே இருந்து ஒழுங்கா வேலை செய்து கொண்டிருக்க இஷ்டமில்லையா?" என்று கேட்கிறார். காவல்காரன், கும்பிட்டுக் கூத்தாடித் தன் அடக்கத்தை தெரிவித்துக் கொள்கிறான். வீட்டின் அலுவல் முடிந்தது என்று, செட்டியார் கடைக்குப் போகிறார். அங்கே "சோம்பேறிகள்" இருப்பார்களல்லவா, அவர்களை வேலைவாங்க! போகிறார் என்றால், எப்படி? வண்டியில்! வழியிலே மாடு கொஞ்சம், தொல்லை கொடுக்கிறது. வண்டி ஓட்டுபவன் நாலு நாளாகச் சொல்லிக்கொண்டுதான் இருந்தான், "லாடம் இல்லீங்க, மாடு நகரமாட்டேனென்குது, கால் தேய்ந்து போச்சு" எனறு. "ஏண்டா திருட்டுப்பயலே! லாடம் சுட்டிச் சரியா மாசம் மூணுகூட ஆகலயே, இதுக்குள்ளே லாடம் தேய்ந்து போச்சா? அந்த லாடக்காரன் ஏதாவது கமிஷன் கொடுக்கிறானா உனக்கு, மாசம் தவறாமே லாடம் லாடம்னு உயிரை வாங்கறே. அடுத்த மாசம் பார்த்துக்கொள்வோம்; தட்டி ஓட்டு என்று சொல்லியபடியே இருந்தார். அன்று அவன் தட்டித்தான் ஓட்டினான். மாடு படுத்துக்கொண்டது. "தடிப்பயல்! எருமைமாடு! மண்டையிலே களிமண்!" என்று அவனை அர்ச்சித்து விட்டு, வழியே வந்த வாடகை வண்டியை அமர்த்திக்கொண்டு கடைக்குப் போனார். வண்டிக்கு 6 அணா வீண்செலவு! "வாங்கோ செட்டியார்! ஏது ரொம்பக் களைச்சி இளைச்சி வந்திருக்கிறிங்க" என்று வரவேற்றார், செட்டியாருடைய பற்றுவழிக்காரர்.

"ஆமாம்! ரொம்ப அலைச்சாட்டம்தான்" என்றார் செட்டியார்.

"எல்லாம், இப்போ அம்பிகாவிலே போய்க் கூடிப் பேசறானுங்க" என்றார் அவர்.

"யார்" என்று கேட்டுக்கொண்டே செட்டியார் கடைக் குமாஸ்தாவைப் பார்த்தார்; அவன் "பையனைப்" பார்த்தான், பையன், விசிறியை எடுத்துக்கொண்டு ஐயா பக்கத்திலே நின்றுகொண்டு, அவன் வேலையைச் செய்தான், இதற்குள் செட்டியாரின் நண்பர், "யாரா? என்ன செட்டியாரே, தூக்கமா? அந்த மூன்று விலாசமும், வந்தாச்சே" என்றார். "கோயமுத்தூரா? சேலமா?" என்று செட்டியார் கேட்டார். "சேலத்தானுங்கதான்" என்றார் அவர். "அம்பிகாவிலே என்ன" என்று. கேட்டார் செட்டியார். "அம்பிகாவுக்கு அழைத்துக்கொண்டுபோய்க் காப்பி பலகாரம் வாங்கிக் கொடுத்து, தன்னிடம் சரக்கு எடுக்கும்படி தூண்டுகிறான். பெ.வா.' என்றார். "அப்படியா" என்றார் செட்டியார். இருவருமாகக் கடையைவிட்டுப் புறப்பட்டு அம்பிகா பவன் போனார்கள். ஆசாமிகளைக் கண்டார்கள். அங்கே பெ.வா. இல்லை! மூவருக்கும், செட்டியார் செலவிலே காப்பி வகையறா நடந்தது. 2-8-0 பில்! பிறகு கடைக்கு வந்து சேர்ந்தனர் அனைவரும்.

"வாடகைப் பணம் வந்திருக்கு" என்று குமாஸ்தா சொன்னார். செட்டியார் அந்தச் சமயத்திலே, வாழைக்காய் வற்றலுக்கும் உருளை வற்றலுக்கும் உள்ள வித்யாசத்தைச் சேலத்தாருக்கு விவரித்துக் கொண்டிருந்தார். குமாஸ்தா, இரண்டு மூன்று தடவை ஜாடையாகச் சொன்னான், செட்டியார் காதிலே விழவில்லை. சேலத்து வியாபாரிகள் போனபிறகு, (போகுமுன் 1-8-0 ரூபாய் ஆரஞ்சு தீர்ந்துவிட்டது.) செட்டியார், குமாஸ்தாவைக் கூப்பிட்டார்.

"இதோ பாரப்பா நான் நல்லதனமாகச் சொல்றேன் கேள். உன் நடவடிக்கையே நமக்குக் கொஞ்சம் கூடப் பிடிக்கவில்லை" என்றார். குமாஸ்தா பதில் சொல்ல ஆரம்பித்தார்.

செட்டியாரின் குரல், உரத்துவிட்டது. "எதிர்த்துப் பேசாதே, கடையை விட்டு கீழே இறங்கு, மரியாதையோடு நட" என்று மள மளவென்று வார்த்தைகளை வீசினார். குமாஸ்தா மௌனமாகிவிட்டார். பத்து நிமிஷத்துக்குப் பிறகு, செட்டியார் விசாரணை நடத்தலானார். "கோபம் வந்துவிடுகிறது உனக்கு. ஒரு வேலைச் சரியாக செய்கிறயா? வாடகைப் பணத்தை வசூல் செய்யச் சொல்லலே உன்னை?"

"சொன்னிங்க. நான்தான்......."

"நான் சொன்னேன், நீ கேட்டுப் பாத்தூட்டு வந்து விட்டே, துரைமகன் இல்லை! யாருவீட்டு முதலு"

"வாடகை வந்ததுன்னு சொன்னேனே"

"வாடகை வந்தாச்சா? ஏண்டா! மாமாட்டம் நிக்கறே? வாடகை வாடகைன்னு நான் வரட்டுக் கத்து கத்தறேன்; வாயை மூடிகிட்டு இருந்தூட்டு, இப்போ வாடகை வந்ததுன்னு இரகசியம் பேசறே!"

"அப்பவே சொன்னேனுங்க சேலத்து ஆசாமிங்க இருந்தாங்களே......."

"ஏண்டா! அவனுங்க எதிரிலேயா சொன்னே? சொல்லலாமா? அவனுங்க எதிரே இதை எல்லாம் சொல்லலாமா?

"அதுக்காகத்தான்: மெதுவாச் சொன்னேன்?"

"என்னத்தைச் சொன்னயோ! இழவு. என்ன கொடுத்தான் வாடகை?"

"68" (அறுபத்தெட்டு)

"அதென்னடா 2 ரூபா குறைவு"

"சுண்ணாம்பு அடிச்ச செலவாம்"

"யாரு அடிக்கச் சொன்னதாம்"

"சானிடரி இன்ஸ்பெக்டர் நோடிசு அனுப்பினாராம்??"

'அடே! எந்த நோடிசு வந்தா எனக்கென்னடா? நான் சுண்ணாம்பு அடிக்கச் சொன்னேனா?"

"இல்லைங்க"

"யாரைக் கேட்டுச் சுண்ணாம்பு அடிச்சான்? இரண்டு ரூபாயை எப்படி வாடகையிலே பிடிக்கலாம்? எனனடா கதை இது?"

"நான் சொல்லிப் பார்த்தேனுங்க...."

"அவர் மாட்டேன் என்று சொல்லிவிட்டாரு, நீங்க சரின்னு ஒப்புக்கிட்டிங்களா? ஏண்டா இப்படித் துரோகம் செய்யறிங்க! டே! இதோ பார். அந்த இரண்டு ரூபாயை வசூல் செய்தாகணும்; இல்லை, உன் கணக்கிலே பிடிச்சுடுவேன்"

இந்த அன்புக்குப் பிறகு, வட்டி செலுத்தினார், செலுத்தவேண்டியவர். பகல் சாப்பாடு கடைக்கு வந்தது செட்டியார் சாப்பிட்டு முடித்தார். பையன் இடத்தைச் சுத்தம் செய்தான். குமாஸ்தா கை அலம்பத் தண்ணீர் கொட்டினான். மற்றொரு குமாஸ்தா, துடைக்கத் துணி கொடுத்தான். இதற்குள், மெத்தை இதற்குள், மெத்தை விரிக்கப்பட்டது.

செட்டியார் சிரமபரிகாரம் செய்து கொண்டார். பையன் விசிறினான். மாலை சுமார் 5 மணிக்கு எழுந்தார். குமாஸ்தாவை மருந்துக்கடைக்கு அனுப்பினார். பையனை விட்டு, வக்கீல் குமாஸ்தாவை வரவழைத்துப் பணம் கொடுத்தார். காவல்காரச் "சோம்பேறி" இதற்குள், வயல் வேலையை மேற்பார்வை செய்துவிட்டு, வயிற்றுக்குக் கொஞ்சம் கஞ்சி சாப்பிட்டுவிட்டு, தோட்டத்து இளநீரைச் சுமந்துகொண்டு வந்து, செட்டியார் தூக்குவது தெரிந்து, பங்களா சென்று அங்கு, வேலைகளைக் கவனித்துவிட்டு,

வந்து சேர்ந்தான். அவனிடம் பணம் வீசினார். வீட்டுக்குப் புறப்படும் சமயம், குருக்கள் வந்து சேர்ந்தார். செட்டியார் குளிர்ந்த முகத்துடன் அவரை வரவேற்றார். சத்கதாகாலட்சேபம் நடைபெறலாயிற்று.

செட்:- சாமி! வாங்க! எங்கே உங்க தரிசனமே கிடைக்கறதில்லை.

குரு:- நன்னா சொன்னேள்! செட்டியாரவாளுடைய பேட்டி தான் கிடைக்கிறது குதிரைக் கொம்பா இருக்கு.

செட்:- சிவ! சிவ! என்னங்க சாமி ! நம்மைப் பத்தி அவ்வளவு பிரமாதமாப் பேசறிங்க.

குரு:- நான் மட்டுமா? செட்டியாரவாள்! நேத்தி சாயரட்சை கமலா என்ன சொன்னா தெரியுமோ?

செட்:- கமலாவா? அவ, என்னைப்பத்திக்கூடப் பேசுறாளோ?

குரு:- பேஷ்! உம்மைப்பத்தி பேசறாளான்னுவேறே கேக்கறேளே? என்ன சொக்குப்பொடி போட்டேளோ தெரியல்லே, சதா உம்ம கவனம்தான் அவளுக்கு

செட்:- சும்மா விளையாட்டு.

குரு:- பிரமாணமாச் சொல்றேன்.

செட்: சிவ! சிவ! சரி, என்ன சொன்னா?

குரு:- செட்டியாரைப் பார்க்கிறதுன்னா, காஞ்சி கருடசேர்வை போலிருக்குன்னு சொன்னா

செ:- அப்படியா சொன்னா, கமலா,எப்பவும் பேசறதிலே ரொம்ப சாமார்த்தியம்.

குரு - அதென்ன அப்படிச் சொல்லிட்டேள்? பேச்சிலே மட்டுந்தானா?

செ:- எதலையுமே தெளிவுதான்.

குரு :- யார் இருக்கா இந்த ஊரிலே அவளாட்டம் பாட......

செட்:- நாட்டியங்கூட........

குரு:- நடறாஜ தாண்டவந்தான்.

செட்:- நல்ல சுபாவந்தான்; ஆனா பணத்திலேகொஞ்சம் நிகா.

குரு:- அது சகஜம்; செட்டியாரவாள்! நாளைக்குப் பஞ்சாமிருத அபிஷேகத்துக்கு அவளும் வர்ரா.

செட்:- பலே! அப்ப, ரொம்ப ஜோராச் செய்துடனும்.

குரு:- பிரம்மா நினைச்சா ஆயுசுக்குக் குறைவோ?

செச:- (குமாஸ்தாவைக் கூப்பிட்டு) ஐயரிடம், ஐம்பது ரூபா.....

குரு:- இன்னம் ஒரு இருபத்தைந்து சேர்த்துத் தாருங்கோ.

செட்:- அவ்வளவுக்குச் செலவு இருக்கோ?

குரு :- எல்லாம் அவளும் நானும் சேர்ந்து பட்ஜட் போட்டிருக்கிறோம்.

செ:- அப்போ அதுக்கு அப்பீல் கிடையாது!

ஐயர் எழுபத்தைந்து வாங்கிக்கொண்டு போனபிறகு, செட்டியார் கடைவீதிப் பக்கம் தமாஷாக நடந்து போய், நண்பர்களைக் கண்டு பேசிவிட்டு, வீடு சென்றார்.

பொய்—இலாப நஷ்டம்

வேலாயுதம், எப்படியாவது அந்தப்பண்ணையை வாங்கி விடத்தான் வேண்டும்என்று தீர்மானித்துவிட்டார். அந்தப்பண்ணையிலே, தங்கச் சுரங்கம் இருப்பது அவருக்குத் தெரியும். படாடோப வாழ்வினால் கடனாளியாகிவிட்ட பண்ணைச் சொந்தக்காரனுக்கு தெரியாது. என்ன விலை கொடுத்தாகிலும் வாங்கிவிடுவது என்று, சொந்தக்காரனின் மாளிகைக்குப் போனார். இருவரும் பேசுகிறார்கள்

"ஓ! வேலாயுதம் அவர்களா? வரவேண்டும், வரவேண்டும்! தாங்கள் வரப்போவதாகச் சொன்னார்கள்"

"நான் வருவதாகவா? இல்லையே! இந்தப் பக்கம் ஒரு காரியமாகச் செல்ல நேரிட்டது. அப்படியே தங்களையும் பார்த்துவிட்டுப்போகலாம் என்று வந்தேன், தற்செயலாகத்தான்"

அப்படியா? நமது கணக்கப்பிள்ளையிடம், இந்தப் பண்ணை விஷயமாக பேசவேண்டும் என்று சொன்னீராமே. அதற்காகத்தான் வந்தீர்கள் என்றல்லவா நான் நினைத்துக்கொண்டேன்"

அதைச் சொன்னாரா? இந்தப்பண்ணை சம்பந்தமாக ஒரு விஷயம் கேள்விப்பட்டேன்.....

"அது உண்மைதான்; உமாபதிச் செட்டியார் ஒரு இலட்சத்து ஒன்பதாயிரத்துக் கேட்டார்......"

"ஒரு லட்சத்துக்கா! ஜெமீன்தாரவாள், தயவுசெய்து என் பேச்சைக் கேளுங்கள். யோசனையே வேண்டாம், விற்று விடுங்கள், நல்ல விலை"

"எது நல்லவிலை? ஒரு இலட்சத்து ஒன்பதாயிரமா,ஒரு லட்சத்து இருபத்து நாலாயிரமா? சேட் அமார்சந்த் அந்த விலை கேட்டு, தரமுடியாது என்று அனுப்பிவிட்டேனே, பதினைந்து நாட்களுக்கு முன்பு"

"ஜெமீன் தாரவாள்! தங்களுக்கு ஒன்றும் இந்தப் பண்ணையை விற்றுத்தான் ஆகவேண்டும் என்பதில்லை. இதிலே 'இலாபம்' வந்து, என்ன ஆகப்போகிறது, நான் ஏன் அதைப் பத்தாயிரம் போனாலும் வந்தாலும் விற்றுவிடச் சொல்கிறேன் என்றால், போனமாதம் ஒரு பயங்கரமான விஷயம் கேள்விப்பட்டேன், பண்ணை சம்பந்தமாக அதிலே ஏதோ ஒரு பூதம் குடிஏறி இருக்கிறதாம். ஆளைக் கொல்லுமாம் அது"

"பூதமாவது, குடிஎறுவதாவது?"

"மஞ்சள் நிறமாம்,பளபளப்பாக இருக்குமாம், ஆளைக் கொன்றுவிடுமாம். தக்கவரொருவர் சொன்னார். அடடா! நம்ம ஜெமீன்தாரருக்கு, இந்தச் சனியன் பிடித்த பண்ணையே வேண்டாம் என்று எண்ணினேன். அதனாலேதான் கணக்கப்பிள்ளையிடம் சொன்னேன், அப்பா! எப்படியாவது ஜெமீன்தாரிடம் சொல்லி, அந்தப் பண்ணையை விற்றுத் தொலைத்துவிடு என்று"

"நீங்களே வாங்கிக்கொள்வதாக....."

"நானா? நான் பிள்ளை குட்டிக்காரன், பூதம் குடியிருக்கும் பண்ணையை வாங்குவது என்றால், பயமாக இராதா"

"சொன்னானே கணக்கப்பிள்ளை......."

"நான் சொன்னது வேறே. எப்படியாவது அந்தப்பண்ணை நம்ம ஜெமீன்தாரர் கையைவிட்டு மாறிவிடவேண்டும்; அப்போதுதான் அவருக்கு ஆபத்து வராது. யாரும் விலை கொடுத்து வாங்க உடனே கிடைக்காவிட்டால், நான் வாங்கி வைக்கிறேன். நான் சிலருக்குக் கடன் தர வேண்டி இருக்கிறது, கடனைத் திருப்பித் தரும்படி அவர்கள் கேட்பரர்கள், அப்போது, இந்தச் சனியனை அவர்கள் தலையிலே கட்டிவிடுகிறேன். எப்படியாலது பூதப்பண்ணை, ஜெமீன்தாருக்குக் கேடு செய்வதற்குள், அதை விற்றுவிடவேண்டும் என்று சொன்னேன்"

"எனக்கு அம்மாதிரி விஷயத்திலே நம்பிக்கை கிடையாது. அதற்காகப் பண்ணையை விற்கவேண்டுமென்ற அவசியமும் கிடையாது. ஆனால்,நான் பாரீசில்போய் வசிக்கத் தீர்மானித்திருக்கிறேன். அவ்ளைவு தொலைவிலே இருந்து கொண்டு பண்ணையை நிர்வகிக்க முடியாதே, பாழாகிவிடுமே, என்பதற்காகத்தான், அதை விற்றுவிடுவோம் என்று எண்ணுகிறேன். திரும்பவும், வந்த உடனே வாங்கிவிடலாம் என்ற எண்ணம். வேறொருவர் கைக்கு மாறினால் நன்றாக இராதே. வேலாயுதம் நமக்கு நீண்ட நாள் சிநேகமாயிற்றே, அவருக்கு விற்றால், பிறகு வேண்டும்போது திரும்பி வாங்கிக்கொள்ளலாமே என்று நினைத்தேன்"

"தாங்கள் சொன்னால், அதன்படி நான் நடக்கிறேன், இதற்கென்ன?"

"விலை, உங்க விஷயத்துக்கு, ஒரு இலட்சம்"

"என் சக்தி அவ்வளவுக்கு இடந் தராதே"

"பிறகு தங்கள் இஷ்டம்"

"என்னாலே அவ்வளவு தொகை தர முடியுமா? பணம் ஏது? ரொக்கம் இருப்பது அறுபதாயிரம்! கொஞ்சம் வைரம் இருக்கிறது. பரம்பரையாக இருப்பது, விற்க மனம் இல்லை, இந்தச் சமயத்திலே அதை விற்றால், மொத்தத்தில் ஒரு இலட்சம் கிடைக்கும். ஆனால்,யார் இருக்கிறார்கள் வாங்க"

"எனக்கு வைரமென்றால் உயிர்! ஆனால்,விஷயம் என்ன தெரியுமோ? நம்ம ஜோதிடர், ஒரு விஷயம் சொல்லி விட்டார்; இன்னும் ஒரு ஐந்து வருஷத்துக்கு, நான் வைரம் வாங்கவே கூடாதாம், என் ஜாதக பலன் அப்படி இருக்கிறதாம். அதனாலே நான் நமது ஜெமீன் வைரத்தை எல்லாம் ஜெயவீரச் செட்டியாரிடம் கொடுத்துவிட்டேன்.யாருக்காவது விற்றுவிடுங்கள் என்று"

"சரி! நான் வேறு ஏதாவது வழி இருக்கிறதா என்று பார்த்துவிட்டு வருகிறேன் நாளைக்கு. இதற்குள் யாராவது விலை பேசினால்...."

"நீ வேண்டுமென்று கேட்டுவிட்ட பிறகு, வேறொருவருக்கு விற்பேனா?"

இல்லை, ஜெமீன் ர்வாள், வேறு யாராவது கேட்டால் தயவுசெய்து விற்றுவிடுங்கள்! எனக்குச் சிரமம் இராது. அப்போது. போய் வருகிறேன்"

★

பண்ணை ஒரு இலட்ச ரூபாய்க்கு விற்கப்படுகிறது; வேலாயுதத்துக்கு அல்ல! அவரால் ஏவிவிடப்பட்ட

அவருடைய ஏஜண்டுக்கு, பட்டா ஏஜண்டின் பேரில்; பண்ணையின் உண்மைச் சொந்தக்காரர், வேலாயுதமேதான்.

★

இது, வேலாயுதத்தின் சாமர்த்தியம்! முதலாளித்துவ உலகிலே, "முதல்தரமான அறிவு" என்று இதற்குப் பெயர். கண்டுபிடிக்கமுடியாத கபடம், நாசூக்கான நயவஞ்சகம், சொகுசான சூதுகள், பொய்யுரைகள், வேலாயுதம் வீசிய கணைகள், ஆனால், அந்த உலகிலே அவைகளை வீசுபவரைக் கபடன், நயவஞ்சகன், புளுகன், என்றெல்லாம் கூறமுடியாது. அபாரத் திறமை, பேரம் பேசுவதிலே நிபுணர், வியாபாரத் தந்திரம் அறிந்தவர், எடுத்த காரியத்தை எப்படியாவது முடிக்கக்கூடியவர் என்ற 'விருதுகள்' அவருக்குக் கிடைக்கும்! காரியத்தைச் சாதிக்க, இலாபத்தைக் குவிக்க, உண்மையை உள்ளத்தைவிட்டே விரட்டிவிடலாம். குற்றமல்ல!!

★

"முட்டாள்! மூன்றுமணிக்கு வாச் சொன்னேனே. ஏன் வரவில்லை?" என்று கோபமாகக் கேட்கிறார் வேலாயுதம் வேலைக்கார வேணுவை

"வந்தேனுங்க" என்கிறான் வேனு, புளுகு பேசியாவது அந்த நேரத்தில் எஜமானரின் கோபத்திலிருந்து தப்பித்துக்கொள்ள. ஆனால், வேலாயுதமோ, முன் இருந்ததை விட அதிக சீற்றம் கொள்கிறார்.

"டே, வேணு! புளுகுபேசியா ஏமாற்றலாம் என்று பார்க்கறே. என்னிடமா புளுகுபேசுவது? எந்தத் தவறு செய்தாலும் மன்னித்துவிடுவேன்; புளுகு பேசினால் மட்டும்

விடமாட்டேன். அவனுடைய முகாலோபனம் செய்யமாட்டேன். தெரிகிறதா பாவிப்பயலே! புளுகு பேசினால வாய் புழுத்துப் போகும்" என்று ஏசுகிறார். சத்தியத்தின் மேன்மைபற்றி உபதேசிக்கிறார். வேணுவுக்கு தெரியும். பொன் விளையும் பூமியைப், பூதப்பண்ணை என்று புளுகு பேசி, இவர் குறைச்சல் விலைக்கு வாங்கினதும், பட்ட கடனைத் தீர்க்கப் பண்ணையை விற்கவேண்டிய நிர்ப்பந்தத்திலே சிக்கிக்கொண்ட ஜெமீன்தார் கௌரவத்தைக் காப்பரற்றிக்கொள்ள, பண்ணையை விற்கவேண்டிய அவசியம் ஏற்பட்டதற்குக் காரணம், பாரிஸ் பிரயாணம் என்று புளுகினதும், இடையே பல தரகர்கள் விதவிதமான புளுகு பேசி, பேசிய புளுகுக்கு ஏற்ற விகிதம் பணம் பெற்றதும் தெரியும்! ஆனால், இவை 'புளுகு' என்று உலகம் கூற மறுக்கிறதே! சமர்த்து என்றல்லவா புகழ்கிறது! வேலைக்காரன் என்ன சொல்வான்? இனிமேல் புளுகுவதில்லை என்று வேலாயுதத்துக்குச் சத்தியம் செய்து தருகிறான்.

'இனி ஜாக்ரதையாக இரு' என்று புத்தி கூறிவிட்டு புளுகு பேசினால் அதனாலே நமக்குத்தான் கஷ்டமும் நஷ்டமும் என்பது எப்போதும் உன் கவனித்திலிருக்கவேண்டும்; அதற்காக வேண்டி ஒன்று செய்கிறேன், புளுகிய குற்றத்துக்காக உன் சம்பளத்திலே ஒரு ரூபாய் குறைத்துவிட்டேன். இனி நீ சத்தியத்துக்கு விரோதமில்லாமல் நடந்து வருவதாக எனக்குத் தெரிந்தால் பழைய சம்பளம்" என்று வேலாயுதம் உத்தரவிட்டார். வேணுவுக்கு மாதச் சம்பளம் 15; அதிலே ஒரு ரூபாய் போயிற்று, அவன் புளுகியதால்! எஜமானர் புளுகினால் எத்தனையோ ஆயிரம் இலாபம் கிடைக்கிறது, நாமோ, ஒரு புளுகு பேசினோம்

எஜமானரின் கோபத்திலிருந்து தப்பிக்க அதற்குச் சம்பளத்திலே ஒரு ரூபாய் நஷ்டமாயிற்றே! என்று வேணு விசாரப்படுகிறான் பைத்யக்கார வேணுவுக்குச் சூட்சமம்

தெரியாது; புளுகு பேசிப் பிழைப்பது, ஏழைக்கு ஆபத்து; ஆனால், வேலாயுதங்கள் வாழும் முதலாளி உலகிலே, அது அவர்களின் உரிமை! ஏகபோக மிராசு பாத்யதை இருக்கிறது, அவர்களுக்கு, அந்தத் துறையிலே!

நவம்பர் புரட்சிக்கு முன்பு ரஷிய நாட்டிலே, வேலாயுதங்களே ஆட்சியாளர்கள், லெனின், வேணுவைக் கூப்பிட்டான், முதவாளித்வ முறையின் சூட்சம் சக்தி எது என்பதைக் காட்டினான். அந்த 2 சக்தியை முறியடிக்கும் சம்மட்டியைத் தந்தான், பிறகுதான், நயவஞ்சகத்தால் நாட்டுச் செல்வங்களை உறிஞ்சிக் கிடந்த வேலாயுதங்களுக்கு, வேதனையை அனுபவித்துக்கொண்டிருந்த வேணுக்களின் சக்தி என்ன என்று தெரியவந்தது! இன்று அங்கே, புளுகிப் பிழைக்கும் சீமானும் இல்லை; புளுகியாவது புழு நெளிவதுபோன்ற வாழ்வு நடத்த முடிகிறதா என்று வேலையிலே உழலும் வேணுவும் இல்லை! சக்திக்கேற்ற அளவு பாடுபடுகிறார்கள், தேவைக்கேற்ற அளவு பெறுகிறார்கள். இந்த அமைப்பு முறையின் பயனாகவே ரஷ்யாவிலே,எய்த்துப் பிழைப்பவனும் ஏமாளியும் இல்லை! "என்ன செய்வது அங்கத்தை வளர்க்க ஆயிரம் பொய் பேசியாவது தீரவேண்டியிருக்கிறது!" என்று பேசும் வறுமையாளனும் இல்லை. "ஒரு போடு போட்டேன், அவன் அதை உண்மை என்றே நம்பி விட்டான்; அடித்தது நமக்கு ஆறு ஆயிரம்" என்று பொய் பேசிப்பெற்ற இலாபத்தைப் பூரிப்புடன் பேசிக்கொள்ளும் மாளிகைவாசியும் இல்லை. மக்கள் வாழ்கிறார்கள், ஒருவர் உழைப்பை மற்றொருவர் ஏய்த்துவாழும் நிலையிலே அல்ல மானமும் மதியும், நீதியும் நேர்மையும் செழிக்கும்விதமான நிலையிலே உள்ளனர். பாடுபடுகிறார்கள். பலனை வேறொருவன் பறித்துக்கொள்வானே என்ற பயமின்றி! வேதனை இல்லை, வேலாயுதங்கள் இல்லாத்தால்!

அன்னதானம்

"அவன் பிழைக்கும் வழி, சார் அது" என்ற பேச்சு, சதா என் நண்பனிடமிருந்து பிறக்கும்! கோயில் குளம், கும்பாபிஷேகம் திருவிழா, சடங்கு, சாமியாடல், முதலிய எந்தக் காரியத்துக்கும் அவன் வைத்துவிடும் பொதுப் பெயர், பிழைப்பு. ஆதிலும் அவன் கூறும் கடுமையான மொழிப்படி சொல்கிறேன், வெட்கங்கேட்ட, சுரண்டும் பிழைப்பு!

அவன் பேச்சிலே காரம் அதிகம்; சாரம் இருப்பதாகத்தான் அவன் எண்ணினான், நான் ஒப்புக்கொள்வதில்லை. நான் என்ன அவனைப்போல சூனாமானாவா என்ன? சைவன்! சத்கதா காலட்சேபங்களுக்கு எப்போதும் இடமளித்து வந்த உத்தம குடும்பத்தினன்.

நண்பன் நாகராஜன் சூனாமானாவுடன் எதற்கும் காரணம் கேட்பது, எதையும் கண்டிப்பது என்ற வழக்கத்தைக் கொண்டான். ஆனால் அவனுடைய கண்டனத்துக்கும் காரணங் காட்டாதிருப்பதில்லை. நான் அவ்வளவாக அவன் கூறும் காரணங்களைக் கவனித்துக் கேட்பதில்லை. என்ன வேடிக்கை ஐயா இது, நீரும் காரணம் கூறுவதில்லை, அந்தச் சூனாமானா கூறும் காரணத்தையும் கவனித்துக் கேட்பதில்லை என்று கூறுகிறீரே, என்று கேட்பீர்கள். என்ன செய்வது, எனக்கு நம்பிக்கையைவிட என் நண்பனுடைய வாதம், அவ்வளவு முக்கியமானதாகத் தோன்றவில்லை. அதிலும் சில சமயங்களிலே, நான் எது சிறந்தது, சிலாக்கியமானது என்று முடிவு செய்கிறேனோ, அதே விஷயத்தைக் கேடானது கேவலமானது என்று நாகன் கூறுவான்,எனக்குக் கோபங்கூடத்தான் வரும். வந்து பயன்? விகள் ஒரு சாது; பாவம், தள்ளாடும் நடை,நரைத்த தலை, அடக்கமான பேச்சு, அமரிக்கையான சுபாவம், எங்கள்

கிராமத்துக்கு வந்தார். கிராம முக்கியஸ்தர் என்ற முறையிலே, என்னைவந்து பார்த்தார். ஒருவேளை, ஏதோ எங்கள் வீட்டிலுள்ளதைச் சாப்பிட்டார். அவ்வளவுதான்; பணம் கேட்கவில்லை, பட்டுபீதாம்பரம் கேட்கவில்லை, ஒரு தொல்லையும் தரவில்லை. தொல்லை தராதது மட்டுமா! எவ்வளவு அன்பாக நடந்துகொண்டார் தெரியுமோ? தோட்டக்காரன் மகள் படுத்த படுக்கையாகக் கிடந்தாள். அவனும், என்னென்னமோ மருந்து கொடுத்தான். அவன் சலித்தானே தவிர நோய் குறையவில்லை. அன்று, அதாவது 'சாது' எங்கள் வீட்டிலே தங்கியிருந்த, அன்று, அந்தப்பெண்ணுக்கு ஆபத்தாகிவிட்டது. உயிர் போவுதுங்க என்று ஒரு கூச்சலிட்டான் தோட்டக்காரன். என் மனமே பதறிவிட்டது. சாது, ஒரு ஓட்டமாக ஓடினார் அவன் வீட்டுக்கு. ஏதோ விபூதி மந்திரித்துக் கொடுத்தார்; பெண்ணுக்குத் தெளிவு பிறந்தது. தோட்டக்காரன் சாதுவின் காலில் விழப்போனான். அவர் அவனைத் தூக்கி நிறுத்தி "அவனைக் கும்பிடு" என்று ஆகாயகத்தைக் காட்டினார்.

சாதுவிடம் எனக்குக் கொஞ்சம் மதிப்பு ஏற்பட்டதிலே ஆச்சரியமுண்டா? அவரிடம் பேசினேன், அவர் சொன்னார், தன இலட்சியத்தை. அதாவது கிராமத்திலே ஏழைமக்களின் நோய்கொடியைப் போக்கவும், அவர்களுக்குப் பேய் பிசாசு முதலியவற்றால் உண்டாகும் கேடுகளைத் தீர்க்கவும் ஒரு ஆசிரமம் ஏற்படுத்த வேண்டுமென்றார். இதிலென்னய்யா மோசம் இருக்கிறது? நாகராஜன் இது கேட்டதும், ஆரம்பித்துவிட்டான் வழக்கப்படி.

"வாங்கோ புண்யாத்மா!" என்று என்னைக் கேலியாக அழைத்தான்.

"போடா துராத்மா!" என்று நானும் திருப்பிக்கொடுத்தேன்,வட்டியுடன்.

"ஆமாம்.யாரது ஒரு மடாத்மா இருக்கிறானாமே உன் வீட்டிலே" என்று கேட்டான் நாகன்.

"துடுக்காகப் பேசாதே நாகா! அந்தச் சாது, யார் ஜோலிக்கும் வருபவரல்ல" என்று நான் கூறினேன்.

"பிரபோ! மன்னிக்கவேண்டும்" என்று கூறினான், மறுபடியும் கேலியாக.

"வேடிக்கை வேண்டாம். அனாவசியமாக அந்த ஆளை மடாத்மா என்று கூறி மனம் நோகச் செய்யாதே. அந்தச் சாது, நமது கிராமத்திலே, ஒரு சேவாசிரமம் ஏற்படுத்தப் போகிறார்" என்று நான் செய்தியைத் தெரிவித்தேன்.

'அவனுக்காக ஒரு சேவாசிரமம் ஏற்படுத்தப் போகிறேன் என்று சொல்" என்று என்னைத் திருத்தினான் நண்பன்.

ஆமாம், அப்படித்தான்," என்று நான் கூறினேன்.

"அதனாலே தான் உன்னைப் புண்யாத்மா என்று நான் அழைத்தேன். இனிமேல் உனக்குப் பட்டம் கிட்டாமலா போகும்? அண்ணனைக் காட்டிக் கொடுத்தவன் ஆழ்வாரானான். இதோ நீ புத்தியைப் பறிகொடுத்துவிட்டுப் புண்யவானாகப் போகிறாய்" என்று நண்பன் கண்டிக்கத் தொடங்கினான். நான் மேற்கொண்டு பேச்சை ஓட்டவில்லை. எனக்குத்தான் தெரியுமே சூனாமானாவின் சுபாவம்!

"ஏதோ பெரியவர்கள் தேடி வைத்த சொத்தை ஏனப்பா பாழ்படுத்துகிறாய்? உன்னைப்போன்ற பணக்காரரின் பணம் இப்படித்தான் சாது, சன்யாசி, சாமியாடி முதலிய சோம்பேறிகளுக்குப் பாழாகிறது. உழைக்கிறவன் உருமாறிப்

போகிறான். இவன் யாரோ ஒரு உருட்டல்காரன். ஏதாவது ஓரிடத்திலே, ஏதாவது அக்ரமம் செய்திருப்பான். அங்கே அடித்து விரட்டி இருப்பார்கள் இங்கே வந்திருக்கிறான் புது மேய்ச்சலுக்கு. வீணாகப் பணத்தைப் பாழாக்காதே" என்று எனக்குப் புத்தி கூறலானான்.

"நாகராஜ் இந்தச் சாதுவைச் சாமான்யமாகக் கருதாதே. இவருக்கு ஆய்சு ஓமம், நவக்கிரக ஜெபம், திலத ஓமம், மார்கண்டஜெபம், கார்கண்டேயஜெபம், காலபயிரவ மூர்த்தி உச்சாடனம், கணபதி ஓமம், கால சாந்தி ஓமம், யாவும் தெரியுமாம்" என்று கூறினேன்."நீ என்ன சொன்னாலும் சரி அவன் ஒரு புரட்டன், சந்தேகமில்லை. இன்று இல்லாவிட்டால் நாளைக்குத் தெரிகிறது. எனக்கென்ன!" என்று கூறிவிட்டுப் போய்விட்டான். ஆஸ்ரமம், அமைப்பது என்று தீர்மானித்துவிட்டேன். அது சம்பந்தமான "நோடீஸ்" போட எங்கள் கிராமத்துக்கு அடுத்திருந்த நகர் சென்று, அங்கு, வெற்றிவேல் பிரஸ் என்ற அச்சகம் போனேன். அந்த அச்சக மேனேஜர், தன் அச்சுக்கூடத்தின் அருமை பெருவைகளைக் கூறலானார். பொறுமையுடன் கேட்டுக்கொண்டேன். தமது அச்சசுத்திலே, வெளியிடப்பட்ட புத்தகங்கள், டிராமா விளம்பரங்கள், கலியாணப் பத்திரங்கள் ஆகிய பலவற்றைக் காட்டினார். சாம்பிளுக்காக இவைகளைத் தைத்து வைத்திருந்தார், பெரிய இராமயணம்போல! அந்தப் புத்தகத்தைப் புரட்டிப் பார்த்துக்கொண்டே இருந்தேன், நான்கு நோடீசுகள் என் கவனத்தைக் கவர்ந்தன! என் நண்பன் நாகராசனை, என் கண்முன் கொண்டுவந்து நிறுத்தின அந்த நோடீசுகள்! என் கண்களைத் திறந்து, என்னைச் சூனாமானாவாக்கின அந்த கோடீசுகளை இதோ பாருங்கள்:

அன்னதானம்!

தானத்தில் எல்லாம் சிறந்த தானம் எது?

அன்னதானம்!

தருமப்பிரபுக்கள் தலைமுறை தலைமுறையாக செய்யும் தானம்எது?

அன்னதானம்!

மோட்சசாம்ராஜ்யத்தில் முதலிடம் கிடைக்கும் வழி எது?

அன்னதானம்!!!

அப்படிப்பட்ட சிலாக்கியமான அன்னதானத்தைக் கொஞ்சமும் குறைவில்லாத முறையில் பிரதி ஞாயிற்றுக் கிழமைகளிலும், நமது ஊர், சொர்ணவர்ணலேகியக்கம்பெனி சொந்தக்காரர், மகாராஜ ராஜஸ்ரீ சொக்கநாதஞ் செட்டியார் அவர்கள் செய்து வருகிறார். அந்த அன்னதான வைபவத்தின் பெருமையை ஆயிரம் நாவு படைத்த ஆதிசேஷனாலும் எடுத்துச் சொல்ல முடியாது. சீமான் செட்டியாருடைய அன்னதான கைங்கரியத்தைக் காசி முதல் ராமேஸ்வரம் வரையிலுள்ள பக்திமான்கள் கொண்டாடி வருகிறார்கள். ஏழைகள், வயிறார் உண்டு வாயார வாழ்த்துகிறார்கள். இந்த அன்னதானத்துக்காகச் செட்டியார், ஒரு காசுக்கூடவேறொருவரிடமிருந்து வாங்குவதில்லை. எல்லாம் அவருடைய சொந்தச் செலவு ஜெகம் புகழும் அவருடைய சொர்ணவர்ண லேகியம், விற்பதால் கிடைக்கும் வருமானம் அவ்வளவும், அந்த அன்னதானத்துக்கே செலவழிக்கிறார். கலிகாலத்திலே இப்படிப்பட்ட சீமான், பூமான் தோன்றியிருப்பது பகவத் கடாட்சமே.

இப்படிக்கு,
அன்னதானப் பாராட்டு சபையார்

வெற்றிவேல் பிரஸ். 3000

ஓம்! சித்திவிநாயகர் துணை.

இதனால் சகலமான கனதனவான்களுக்கும். பக்திமான்களுக்கும், குலச்சிரேஷ்டர்களுக்கும், அன்புடன் தெரிவித்துக்கொள்வதாவது:

நமது நகரக் கோடீஸ்வரர், அன்னதானம் செய்து அகில முழுதும் புகழ்பெற்ற கலிகாலக் கர்ணப் பிரபு, "சொர்ணவர்ண லேகியம்" கம்பெனியின் சொந்தக்காரரர், சொக்கநாதஞ் செட்டியார் அவர்கள், இதுவரை செய்திருக்கிற ஏமாளமான தர்ம காரியாதிகளைக் கண்டு மகிழ்ந்து, நமது ஊர்ப் பண்டிதர்கள், ஞானிகள், பிரபுக்கள், மகாஜனங்கள் ஆகியோர் கூடிய மகாசபையில், அன்னாரின் கருணையைப் பாராட்டி, தர்மபூபதி என்று அவருக்குப் பட்டம் அளிக்கப் பெரியோர்கள் நிச்சயித்திருப்பதால் மேற்படி வைபவத்துக்குத் தங்கள் இஷ்டஜன பந்து மித்ராளுடன் வந்திருந்து, அவரை வாழ்த்துவதுடன், பட்டமளிப்பு வைபவ விழாவிலே கலந்து கொண்டு கரிமுகப் பெருமானின் கடாட்சத்தைப் பெறுமாறு வேண்டிக்கொள்கிறோம். பட்டமளிப்பு விழா, பழிதீர்த்த பிராட்டியார் கோயில் பழைய மண்டபத்தில் நாளை மாலை (5-1-1925) 6 மணிக்குமேல் நடைபெறும் பட்டமளிப்பு விழா முடிவில், "பன்னிரு கையும் என்னிரு கையும்" என்பதுபற்றி, பரந்தாம சாமிகள் பாடுவார்; இடையிடையே பேசுவார். பாண வேடிக்கை இரவு 11 மணிக்கு உண்டு. மாலை 5 மணியிலிருந்து பாழாகா ஊர் பாண்டு வைத்தியம் நடைபெறும். பக்தர்கள் அனைவரும் தவறாது வருக!

சுபம்!!

இங்ஙனம்

பட்டமளிப்போர்

வெற்றிவேல் பிரஸ். *5000.*

எல்லாம் ஈஸ்வரனுக்கே அர்ப்பணம்

தர்மபூபதி பட்டம் பெற்றவரும், ஏழேழு தலைமுறைக்கும் கீர்த்தி கிடைக்கக்கூடிய அன்னதான கைங்கரியம் செய்து அகிலமெங்கும் புகழ்க்கொடி நாட்டியவரும், ஆண்டவனின் அருளையும், அடியார்களின் ஆசிர்வாதத்தையும் பெற்றவரும், சித்த ஆயுர்வேத யூனானி முறைகளோடு கைலாய பரம்பரை முறை எனும் அபூர்வ வைத்தியமுறை தெரிந்தவருமான, தர்மபூபதி, அன்னதான அரசர், அகிலம் புகழும் சித்தாதி வைத்தியகுரு, பக்தவிலாச சொக்கநாதஞ் செட்டியார், பௌர்ணமிதோறும் தயாரித்து பூலோகமெங்கும் தந்து உதவும், சொர்ணவர்ண லேகியம் ஒரு டப்பா சாப்பிட்டவர்கள் தேவாமிருதம் சாப்பிட்டவர்கள் பெறக்கூடிய திவ்யதேஜசும், புதிய பலமும் பெறுவதோடு, நெடு நாளைய நோய் போக்கப்பெற்று, தங்கம் போன்ற மேனியும் இரும்புபோன்ற வலிவும் பெறுவதுடன், சிவானுக்கிரகமும், இஷ்டசித்தியும் பெறுவார்கள். இந்த லேகிய முறை, நமது தர்மபூபதிக்கு, அவருடைய பதினாறாம் வயதிலே பாம்பு உடலும் மனித முகமும் கொண்ட சர்ப்ப தேவர் சொப்பனத்திலே சொன்னது. இந்த லேகிய வியாபாரம், நமது அதிலம் புகழும், அன்னதான அரசரின் சொந்த இலாபத்துக்கு அல்ல. இதிலே கிடைப்பது அவ்வளவும் அன்னதான கைங்கரியத்துக்கே செலவழிக்கப்படும். ஆகவே சொர்ணவர்ண லேகியம் வாங்கி, சர்வரோக நிவாரணம் பெறுவதுடன், புண்ணியமும் அடையுங்கள்.

40 நாள் சாப்பிடக்கூடிய *1* டப்பி விலை ரூ, *6-0-0*

ஏக காலத்தில் 3 டப்பிகள் வாங்குபவருக்கு மகிமையுள்ள உருத்திராட்சமாலை இனாமும் அளிக்கப்படும். முந்துங்கள்!.

சொ. வ. லே. கம்பெனி,

வெற்றிவேல் பிரஸ். 20000.

எச்சரிக்கை!

உஷார்!!

மாகாஜனங்களே!

தர்மபூபதி என்றும், அன்னதானம் செய்பவரென்றும், விளம்பரப்படுத்தப்பட்ட சொக்கநாதஞ் செட்டியாரின் குட்டு வெளியாகிவிட்டது.

சிங்கப்பூரில் கொள்ளை அடித்து, ஜெயிலிலிருந்து ஓடிவந்து விட்ட சொக்கன் என்ற பண்டாரமே, இப்படி ஊரை ஏமாற்றிவந்தான்.

அவன் விற்றுவந்த சொர்ண வர்ண லேகியம், அபினி கலந்தது என்று கவர்மெண்டார் கண்டு பிடித்துவிட்டனர். அவன்மீது வாரண்டு புறப்படவே, சொக்கன் கம்பி நீட்டிவிட்டான். போகுமுன்பு, வீட்டிலே வைத்திருந்த ரொக்கம் நகை யாவும் எடுத்துக் கொண்டு ஓடிவிட்டான். அவனைக் கண்டுபிடித்துக் கொடுப்பவருக்கு, 500-ரூபாய் இனாம்!

ஆள் அடையாளம்

சிகப்பாக, நடுத்தர உயரமாக இப்பான்.

இடது கையிலே, பச்சை குத்தப்பட்டிருக்கும், பாம்பு உருவில்.

சித்தவைத்தியனென்றும் மாந்திரீகம் தெரியுமென்றும் சொல்லிக்கொள்வான்.

இப்படிப்பட்ட அடையாளமுள்ளவனை கண்டால் உடனே போலீசுக்குத் தெரிவியுங்கள். உஷார்! உஷார்!

இப்படிக்கு
பொதுஜனப்பிரியன்.

வெற்றிவேல் பிரஸ் 3000

"போதுமா! இன்னமும், வெற்றிவேல் பிரசின் வேலைப் பாட்டுக்கு உதாரணம் காட்டவேண்டுமா? நோடீசுகள் ஒழுங்காக இருக்கும். குறித்த காலத்திலே தருவோம். 1920-ல் ஆரம்பித்தோம், சார்! அதற்கு பிறகு இதே ஊரிலே, காளான்போலக் கிளம்பின எத்தனையோ பிரஸ் ஒன்றாவது நிலைக்கணுமே! அதுதான் கிடையாது. வெற்றிவேல் பிரஸ் என்றால், வெற்றிவேல்தான்" என்று அச்சகத் தோழர், அவருடைய அச்சுக்கூடத்திலே, அதுவரை தயாரான பல துண்டு நோடிசுகள் தைத்து வைக்கப்பட்ட சாம்பிள் புத்தகத்தைக் காட்டிவிட்டுக் கூறினார். எனக்கு அவருடைய பேச்சு காதில் விழுந்ததே தவிர, கருத்து அங்கே இல்லை. புத்தகத்தைப் புரட்டிப் பார்த்துக் கொண்டே இருக்கையில் என் கருத்தை இழுத்த 4நோடீசுகளிலேயே கவனமாகி விட்டேன்.

"என்ன சார் யோசனையா? காட்டுங்கள், உங்க நோடீசு என்ன விஷயம்" என்று கேட்டுக்கொண்டே, அச்சடிக்க நான் கொண்டு போயிருந்த விஷயத்தை வாசிக்கலானார் நான் வெட்கத்துடன் அதைக் கேட்டுக்கொண்டிருந்தேன்.

சாது சேவாசிரமம்

இமயமலையிலே இருபதாண்டு தவம் செய்து இஷ்ட சித்தி வரம்பெற்ற சாது சரவணபவானந்தர், நமது ஊரிலே, மகாஜனங்களின் நன்மையைக் கோரி, சேவாசிரமம் ஏற்படுத்தியிருக்கிறார். இங்கு பில்லி, சூன்யம் முதலியவற்றாலும், ஏவல்,பிசாசு முதலிய தொல்லையாலும் கஷ்டப்படுப்வருக்கு ரட்சைகள் தரப்படுவதுடன், கிரஹ தோஷ பூஜையும் நடத்தப்படும். இதற்கு சார்ஜ் கிடையாது. அவரவர்கள் இஷ்டம்போல தர்மம் செய்யலாம். பச்சிலை தரப்படும். பாம்பு கடிக்கு மருந்து போடப்படும்.

சாது சேவாசிரமம்.

“இதுதானே! எத்தனை ஆயிரம் நோடீஸ் வேண்டும், சார்” என்று வெற்றிவேல் அச்சுக்கூடத்து மானேஜர் கேட்டார்.

“வேண்டாம் சார்! நான் நோடீஸ் அச்சடிப்பதாக இல்லை“ என்று நான் சொன்னேன்.

“வேலை சுத்தமாக இருக்கும் சார்! ஒரு சான்சு எங்களுக்குக் கொடுத்துத்தான் பாருங்கள்“ என்று அவர் மன்றாடினார். என்ன செய்வதென்று தெரியவில்லை! சரி என்றுvவேறோர் காகிதத்தில் கீழே கண்டவாறு எழுதி 10000 காபிகள் தயாரிக்கச் சொன்னேன்.

வேஷதாரிகளை நம்பாதீர்

பகுத்தறிவுள்ளவர்களே!

சாது, பண்டாரம், யோகி, என்று கூறிக்கொண்டும் காஷாயம் தரித்துக்கொண்டும்,ரசவாதம்,மாந்தரீகம், தெரியுமென்று சொல்லிக்கொண்டும், சர்வரோகநிவாரணி சூரணம், சகல சித்தி லேகியம் தருவதாகக் கூறிக்கொண்டும், அன்னதானம், அபிஷேக ஆராதனை செய்வதாகச் சொல்லிக்கொண்டும், ஆஸ்ரமம் வைக்கிறேன், அருள் தருகிறேன் என்று பேசிக்கொண்டும் வரும், வேஷதாரிகளை நம்பாதீர்! நம்பாதீர்! நம்பாதீர்!! காசு தராதீர் - காலில் விழாதீர்!

அவ்வித வேஷதாரிகள் வேலை, சிங்கப்பூர்சொக்கன் அன்னதானம் செய்வதாக நடித்து, சொர்ணவர்ண லேகியத்தில் அபின் கலந்து விற்று, தர்மபூபதி என்று பட்டம் பெற்று, பிறகு போலீசாரால் விரட்டப்பட்டு ஓடிச் சுற்றுப் பக்கத்திலே, சுந்தரபுரியில் சாது வேஷம் போட்டுக்கொண்டு சாது சேவாகிரமம் வைப்பதாக ஏமாற்றியது போல ஒரு ஏமாற்று வேலையாகவே இருக்கும். ஆகவே, அறிவுள்ள அன்பர்களே! இனியேனும், இத்தகைய ஆஷாடபூதிகளை நம்பி மோசம் போகவேண்டாம்.

இப்படிக்கு
விழித்துக்கொண்டவன்.

"இதென்ன சார்! எதுவோ ஆஸ்ரம நோட்டீஸ் எடுத்துக்கொண்டு வந்துவிட்டு, இப்போ வேறே விதமாக அதற்கு நேர்மாறாக ஒரு நோட்டீஸ் எழுதி இருக்கிறீர்களே" என்று கேட்டார் வெற்றிவேலார்.

"ஐயா! உங்கள் பிரசின் வேலைத் திறமைக்கு அத்தாட்சியாக நீர் கொடுத்தீரே, புத்தகம் அதிலே, சொக்கன் திருவிளையாடல் பற்றிய 4 நோடீசுகளைக் கண்டேன்.கண் திறக்கப்பெற்றேன். ஒரு அயோக்யன், அன்னதானம் செய்வதாக விளம்பரம் செய்து ஊரை ஏமாற்றி, பட்டம் பெற்று, அந்த விளம்பரத்தை வைத்துக்கொண்டு, அபினி கலந்த லேகியத்தை விற்றுக் கொள்ளை இலாபம் பெற்றுக் கொழுத்து, கடைசியில் போலீசாரால் துரத்தப்பட்டான். என்ற வரலாற்றை வெற்றிவேல் பிரசிலே வெளியான 4 நோட்டீசுகள், நன்கு விளக்கிவிட்டன. அதே சிங்கப்பூர் சொக்கன் இப்போது எங்கள் ஊரிலே, என் தோட்டத்திலே 'சாது' வேஷத்திலே இருக்கிறான். நான் சூதுவாதறியாதவன். அவன் பேச்சைக் கேட்டு நம்பி, அங்கு சேவாசிரமம் வைப்பதாக ஒப்புக்கொண்டேன். அதற்கு நோட்டீஸ் போடவே வந்தேன். இங்கே வந்த பிறகுதான் அவனுடைய மோசம் தெரிந்தது. ஆகையினால், ஆஷாடபூதிகளை நம்ப வேண்டாம் என்று அனைவருக்கும் யோசனை கூறப் புதிய நோட்ஸ் போடுகிறேன்" என்று நான் விளக்குமுரைத்தேன். வெற்றிவேல் பிரசிலிருந்து என் எச்சரிக்கை நோட்டீஸ் வெளிவருவதற்குள், எப்படியோ விஷயமறிந்துகொண்டு, 'சாது'மறைந்துவிட்டான்.

உண்ணாவிரதம் ஒரு தண்டனை!

"எழுந்திருக்கப்படாதோ, சாப்பாட்டுக்கு! நேரமாகவில்லையோ? ஓயாது, வளவளன்னு வாயாடிண்டே இருக்கேள். இந்த அடுத்தாத்து அழுமூஞ்சி வந்தாலே இப்படித்தான் ஆறது. அதுக்குத்தான் வீடு வாசலைப் பத்தின கவலையே சிடையாது; நீரும் அப்படித்தானோ" என்று சகதர்மிணி சற்று காரசாரமாகப் பேசி, சாப்பாட்டுக்குச் 'சம்மன் சார்வு' செய்தது கண்ட, சாட்சாத் சனாதனி கோபத்தைச் சோகத்தால் மறைத்துக்கொண்டு, "நேக்கென்னமோ வயத்தைப் பசிக்கல்லே,போய் சாப்டுட்டுப் படுத்துத் தூங்கு, உசிரை வாங்கிண்டு இராதே" என்று கூறினார். சத்தர்மணிக்குக் கோபம் குறைந்து, புருஷன் மீது கொஞ்சம் கனிவு பிறந்தது. "கொஞ்சம், விளாங்காயளவு சாப்டுட்டுப் படுத்துத் தூங்குங்கோ. இராத்திரியிலே, வெறுமனே படுத்தா வயத்தைப் பிறட்டுமே" என்று கெஞ்சினாள், கொஞ்சம் கொஞ்சுதலையும் கூடக் கலந்து உண்மைதானே, நடுநிசியிலே, இந்த நாசமாப்போன பசி வந்தால் என்ன செய்வது, அது வந்தால் பத்தும் பறக்குமே என்று பயந்தார். ஆனால், அடுத்தாத்து ஐயருக்குக் கொடுத்த வாக்குறுதியையோ, மீற முடியாது. மீறினால் சூளத்தங்கரையிலே அமளிபடும். இருபுறமும் இடி. சனாதன சர்மா, சற்று யோசித்தார். "சரி என்ன சாப்பாடு செய்திருக்கப்போகிறார்கள் வீட்டிலே" என்று. அவர் மனதை அறிந்துரைப்பதுபோல, சகதர்மிணி கூறலானாள். "வெங்காயச் சாம்பார் அருமையா இருக்கு. அப்பளம் பொறிச்சிருக்கேன். வத்தலும் இருக்கு. கொத்தமல்லி துவையல் ஜோரா செய்திருக்கேன்" என்றாள். கொத்தமல்லி துவையலைப் போட்டுப் பிசைந்து, நெய் இரண்டு கரண்டி தாராளமாகப் போட்டு ஒரு பிடி சாப்பிட்டால், ரம்மியமாக இருக்குமே என்று சனாதனி எண்ணினார். அப்படிச் செய்வதற்கில்லையே என்பது மனதிலே உறுத்தியபோது, கோபம் கொழுந்துவிட்டு எரியலாயிற்று "சரி, சரி, போதும், உன் சாம்பாரும் துவையலும். நான் இன்னக்கிச் சாப்பிடமாட்டேன்.

உண்ணாவிரதம் இருக்கிறேன். ஒரு காரியமா, நாங்க சிலபேர் சேர்ந்துண்டு இன்று ஒரு சபதம் செய்துண்டோம், உண்ணாவிரதமிருக்கிறதுன்னு" என்று சனாதனி சடசடவென் மொழிந்தார். சகதர்மிணியின் சிரிப்பு அவருக்குப் பச்சை மிளகாயைக் கடித்துவிட்டால் உண்டாகும் எரிச்சலைப்போல உபத்திரவமுண்டாக்கிற்று. "உண்ணாவிரதமோ! அப்போ, ஆரஞ்சு ஒரு டஜன் தேவையில்லையோ?" என்று கேலி பேசலானாள்."ஆரஞ்சா? எதுவுயே சாப்பிடப் போரதில்லேடி ஆமாம்,சர்வ பரித்தியாகத்துக்கும் தயாராக இருக்கும் பரம்பரையன்னோ. கவனமில்லையோ?" என்று சனாதனி, உபதேசம் புரியலானார். "உண்ணாவிரதம்னு சொன்னீரே, உண்ணாவிரதமிருக்கும்போது, ஆரஞ்சுப் பழ ரசம் சாப்பிடுவான்னு சொன்னா பாருங்கோ, அதுபோலத்தானாக்குனு நெனைச்சேன். இந்தப் பித்துக்குளி யோசனை ஏன் உதிச்சுது உமக்கு. பேசாமே எழுந்துவாரும். நாளை காலையிலே ஸ்தானம் செய்யறபோது இரண்டு எலுமிச்சம் பழத்தை நன்னா தலையிலே தேச்சி, முழுகுங்கோ!" என்று சகதர்மணி வைத்யமே கூறிவிட்டாள். "போதும் வாயை மூடிண்டு போடி! புருஷாளுடைய கையை எதிர்பார்த்து இருக்கும் போதே, இத்தனை கெர்வமிருக்கு. வாயிருக்கு. இவாளுக்குச் சொத்து பாத்யதை வேறே தேவையாம்! கலி முடிஞ்சும், இந்தச் சனியன் பிடிச்சவா தொல்லை தீரவில்லை! என்றார். சனாதனி,"என்னத்தைக் குளறிண்டிருக்கேர்? நேக்கொண்ணும் புரியல்லையே?" என்று சகதர்மிணி கேட்டாள். "இந்த சர்க்கார் இருக்காளேன்னோ, அவ இப்ப அபூர்வமா ஒரு யோசனை சொல்றா. ஸ்திரிகளுக்குச் சொத்து பாத்யதை தரணுமாம். ஒரு குடும்பத்திலே, ஆண்தானே ஆளப் பிறந்தவாளுன்னு ஆதிநாட்களிலிருந்து சொல்வா. இஷ்வாகு பரம்பரையென்ன, இரகு வம்சமென்ன, முனிவர்களென்ன, இவாளுடைய முறைகள் தவறாம். இப்போ, பெண்களுக்கும் சொத்து தர சட்டம் கொண்டுவரப் போறா. அதைக் கண்டிக்க, நாங்க தீர்மானிச்சுட்டோம், உண்ணாவிரதம் அதுக்காகத்தான்" என்றார் சனாதனி, ரோஷத்தோடு. சகதர்மிணிக்குச்

சிரிப்புக்குப் பதில் சீற்றம் பிறந்தது. முந்தானியை இழுத்துச் செருகினாள். தொண்டையைக் கனைத்தாள். பெண்களுக்குச் சொத்து வாரிசு கூடாதா? அதுக்காக உண்ணாவிரதம் இருக்கேளா? ரொம்ப சரியாச்சி. பெண்களை, இந்த ஆண்கள், ஆதிநாட்களிலிருந்து படுத்தின பாடு இருக்கே, அதுக்கு, 'இந்தப் பெண்களுக்கு மட்டும், ரோஷம் மானம் இருந்திருக்குமானா நிரந்தரமா உண்ணாவிரதம் இருக்கும்படியா ஆண்களைச் செய்திருக்கணுமே. உண்ணாவிரதமா இருக்கப் போறேள்! ஊர் நாடு கேட்டுச் சிரிக்கட்டும், இப்படி அழுக்கு மூட்டைகள் இந்தக் காலத்திலேயும் இருக்குமோன்னு? சாட்சாத் அவதாரமுன்னு கொண்டாடும் இராமன் முதற்கொண்டு, பெண்கள் விஷயமா அக்ரமந்தானே செய்தா. லோக நாயகியை, கர்ப்பிணியா இருக்கச்சே கண்ணைக் கட்டிக் காட்டிலே விட்டூட்டு வரச் சொல்லலையோ அந்த இராமன்" என்று சகதர்மிணி. ஆதியிலிருந்து அந்தம்வரை ஒரு குலுக்கு குலுக்குவதென்ற தீர்மானத்திலே, பேசலானாள். தனக்கு மட்டுமல்ல, தாசரதிக்கே இடி கிடைக்கிறது என்று சனாதனிச் சர்மாவுக்குக் கோபம் பிறந்துவிட்டது. "இராமன் செய்த காரியத்தைப் பழிக்கிறயோ? அந்தச் சீதை, ஏண்டி இராவணனுடைய கிரஹத்திலே, பத்து மாதம் இருந்தா? பத்து மாத காலம் பரக் கிரஹத்திலே ஒருவள் வாசம் செய்தா, அவளைப்பற்றிச் சந்தேகம் உதிக்காதோ" என்று இராமருக்கு, ஐயர் வக்கீலானார். சகதர்மிணி இதற்குப் பயப்படவில்லை. "ஏன் இருந்தாளா? அந்த இராமன் செய்த காரியத்தாலேதான், சீதாவுக்கு அந்தக் கதி ஏற்பட்டது" என்று டிபென்சு தரப்பு ஆரம்பித்து, "அந்தச் சூர்ப்பனகையைக் காது மூக்கு அறுத்ததாலே, ராவணனுக்குக் கோபம் பிறந்து, சீதையைத் தூக்கிக்கொண்டுபோனான்" என்றாள். "அப்படின்னா, சூர்ப்பனகையை இராமன் பாணிக் கிரகணம் செய்துண்டு வாழணும்னு பேசறியோ நீ. ஏண்டி நோக்கு சாஸ்திரமென்னடி தெரியும்? தாரமிருக்கும்போது தசரதகுமாரன், சூர்ப்பனகையை எப்படியடி ஏற்றுக் கொள்ளமுடியும்?" என்று குறுக்குக் கேள்வி போட்டார், ஐயர். ஒருவள் இருக்கையிலே இன்னொருவள் கூடாதுன்னு எந்தச்

சாஸ்திரம் சொல்கிறது? யார் அதுபோல் நடந்தா? தசாதனுக்கு 60 ஆயிரமாமே! அவன் நாசமாய்ப் போக, அறுபகாயிரம் மனைவி வைச்சிண்டு இருந்தானாமே? அவன் மகனுக்கு ஒண்ணேபோதும்னு, வேறொருத்திவந்தா அவளைப் பங்கம் செய்கிறதுதான் நியாயம்னு தோணும்போலிருக்கு! ரொம்ப நியாயமன்னோ அவன் செய்தது' என்று சகதர்மிணி பெண் சிங்கம்போலக் கர்ஜித்தாள். "பேசுவது நீ இல்லையடி, காலமென்னும் பேய் பேசுகிறது. துர்ப்பாக்கியம் உன் மூலமாக உலகுக்குத் தூது விடறது. தமயந்தி, சாவித்ரி,நளாயனி முதலானவா ஜனித்த புண்ய பூமியிலே, இந்தக் காளன்கள் முளைச்சிருக்கு" என்று ஐயர்,வாதத்தை நிறுத்தி, விசாரத்திலே பேச்சைத் திருப்பினார். வாயை அடக்கிவிட்டோம் என்ற பூரிப்புடன், சகதர்மிணி, "ஆண்களுக்குத்தான் சொத்து உண்டு, பெண்களுக்குச் சொத்து கூடாது எனப் பேசுகிறவாமடையரேன்னோ? தாய் வயிற்றிலே பிறந்து, தாய்க்குலத்துக்கே துரோகம் செய்து செய்துதான், தர்மமே க்ஷிணித்துவிட்டது, இந்தத் தேசத்திலே. பெண்ணாப் பிறந்தா, என்ன பாவமோ? பெண்ணில்லாமே ஆண்கள் வாழுவாளோ? வாழ்றது கிடக்கட்டும்! இவாளுடைய ஜெனனமே, பெண்களால்தானே? சொத்து இவாளுக்கு, சுகம் இவாளுக்கு; உழைக்க நாங்க. இந்தக் கேடுகெட்ட புத்தி இருக்கும் வரையிலே, நாடு உருப்படாது, நாசமாகத்தான் போகும்" என்று சபித்துவிட்டு, மறுபடி, சாப்பிட வருகிறீரா என்று கணவரைக் கூப்பிடாமல் சென்று, சம்பா சாதத்திலே கொத்தமல்லித் துவையலைக் கலந்து, நாலு கரண்டி நெய் வார்த்துக்கொண்டு சாம்பாரையும் கொஞ்சம் சுவைத்துத் தின்றாள். பிறகு, சாம்பாரைச் சாதத்துடன் கலந்து, வற்றலை நறநறவெனக் கடித்தாள். அந்தச் சத்தம் கூடத்து ஊஞ்சலில் சாய்ந்துகொண்டிருந்த சனாதனசர்மாவுக்கு, ஜெர்மன், ஜப்பான் வெடிகுண்டு சத்தத்தைவிட வேதனையைத்தான் தந்தது. ஆனாலும் பாவம், அவர் என்ன செய்யமுடியும்? வாக்குக் கொடுத்து விட்டாரே!

இந்திய மத்ய சட்ட சபையினர், பெண்களுக்கும், ஆண்கள் போலவே சொத்துரிமை தரவேண்டும் என்ற முயற்சி செய்வது, இந்நாட்டிலே உள்ள, கேது ராகுக்களுக்குப் பிடிக்கவில்லை. சாஸ்திரம். தருமம் என்ற சாக்குவைத்துக்கொண்டு, சளகளவெனப் பேசலாயின. இந்த வைதீக வறட்டுக் கூச்சலை யாரும் பொருட்படுத்துவதாகக்காணோம். எனவே, சக்தியால் சாய்க்கமுடியாததை, யுக்தியால் சாதிக்க யோசித்து, உண்ணாவிரதம் இருப்பது என்று, லட்சுமணபுரி வைதீகப் பிரகிருதிகள் தீர்மானித்தனவாம். பெண்களுக்குச் சொத்துரிமை தருவதைத் தடுக்க, இந்த வீரர்கள், இவ்வழியைக் கண்டுபிடித்தது கண்ட, அவர்களின் சகதர்மிணிகள், பெண்களுக்குச் சொத்துரிமை வழங்கும் மசோதா நிறைவேறித்தானாக வேண்டும், அதற்காக, நாங்கள் உண்ணாவிரதமிருக்கப் போகிறோம் என்று கூறிவிட்டு, அனுமார் ஆலயத்திலே பூஜை செய்துவிட்டு உண்ணாவிரதத்தைத் துவக்கினர், என்று ஓர் செய்தி, 15—10—43 சுதேசமித்திரனில் காணப்படுகிறது.

நமது கதையிலே, அறிமுகப்படுத்தப்பட்டுள்ள சனாதன சர்மா, அந்த ரகம்! அவரும், உண்ணாவிரதம் இருக்கலானார், சில பழய பஞ்சாங்கங்களின் தூண்டுதலால். லட்சுமணபுரி சனாதனிகளின் மனைவிமாரைப் போன்ற பைத்யமல்ல, நமது கதையிலே வரும், அம்மையார். பெண்களுக்குத் துரோகம் செய்யும் பேர்வழிகள், உண்ணாவிரதமிருப்பது, அவர்கள் அடையவேண்டிய தண்டனையே அனுபவிக்கட்டும், நமக்கென்ன, என்று எண்ணி வழக்கமாகச் சாப்பிடுவதுபோல் அன்றும் அந்த அம்மையார் சாப்பிட்டார்கள். வாயினால், வயிற்றுக்கு வம்பை வருவித்துக்கொண்ட சனாதன சர்மா, சாம்பாரின் சுவையையும், துவையலின் மணத்தையும், வற்றலின் மொறமொறப்பையும், எண்ணினார் ஏங்கினார். தூங்கினால் துயரம்போகும் என்றெண்ணிக் கண்ணை மூடினார், வயிறுகிள்ளுவது பொறுக்கமுடியாது புரண்டார், புலம்புவதற்குப் பதிலாக, "இராமா! ரகுநந்தனா! ரகுபதே!

லோகரட்சகா! என்று கூவிக்கொண்டிருந்தார். இதற்குள், அம்மையார், தெருவாசற்படிக்கு வந்து நின்றார்கள் உரத்த குரலிலே, "அடி! அலமு! அலமு! என்று கூப்பிடவே, எதிர் வீட்டிலிருந்து ஒரு குட்டி ஓடிவந்து, "அத்தே! கூப்பிட்டேளா?" என்று கேட்டாள். "ஆமாண்டி அசடே கொத்தமல்லி துவையலிருக்கு. நோக்கு வேண்டுமோ?" என்று கேட்டாள் சகதர்மிணி. "கொத்தமல்லித் துவையலா? நீங்க செய்தா அது ரொம்ப நன்னாயிருக்குமே. கொடுங்கோ அத்தே" என்று குட்டி சந்தோஷத்தோடு கேட்டாள். துவையல், வற்றல், சாம்பார்,தனித் தனிப் பாத்திரத்திலே, எதிர்வீடு போய்ச் சேரக் கண்டார் சர்மா. "சர்வேஸ்வரா, லோகாட்சகா" என்று அலறிக்கொண்டே, தெருத் திண்ணைக்குச் சென்று அமர்ந்தார். பக்கத்து வீட்டுக்காரர்தான்,சர்மாவை, உண்ணாவிரதம் இருக்கும்படி தூண்டியவர்; சத்யம் வாங்கியவர். அவர், சாருமணையிலே சாய்ந்துகொண்டிருந்தார். அவருடைய திருவாயிலிருந்து சர்வேஸ்வரா போன்ற சத்தம் வரவில்லை. மெல்லிய குறட்டைதான் வந்துகொண்டிருந்தது. சர்மா மெள்ள எழுந்தார். தள்ளாடிக்கொண்டு பக்கத்து வீடு சென்றார். "ஓய் குப்பு சாஸ்திரி! என்ன குறட்டை பலமாக இருக்கே" என்று கேட்டுக்கொண்டே தோளைப் பிடித்துக் குலுக்கி எழுப்பினார். திடீரென விழித்துக்கொண்ட சாஸ்திரியார். "அக்கார வடிசலுக்கே கொஞ்சம் மயக்கமூட்டும் சுபாவம் உண்டுபோலிருக்கு; அதைக் கொஞ்சம், இரண்டுகை அதிகமாச் சாப்டுட்டேன், ஒரேமந்தமா இருக்கு, சித்தெ கண்ணை மூடினேன்" என்றார். சர்மாவுக்குத் தூக்கி வாரிப் போட்டது. "என்ன ஓய் சொல்றேள்? அக்கார வடிசல் சாப்டீரா? அட பாவிப் பிராமணா! என்னை உண்ணாவிரதம் இருக்கச் சொன்னீரே" என்று ஆத்திரத்தோடு கேட்டார். குப்பு சாஸ்திரிக்கு அப்போதுதான் நினைவு வந்தது. "அடடா! என்ன முட்டாள்தனம் செய்துவிட்டோம், அரைத்தூக்கத்திலே, உளறிவிட்டோமே. நமது குட்டு வெளிப்பட்டுவிட்டதே" என்று பதறி "இப்ப சாப்பிடவில்லை ஓய்! காலையிலே சாப்பிட்டது" என்று இழுத்தார். அவருடைய பேரன், கிட்டுப்பயல் ஒரு போக்கிரி. "ஏன் தாத்தா! புளுகிண்டிருக்கே.

ஓய், மாமா! எங்காத்லே இப்போதான் அக்கார வடிசல் செய்தா" என்று உண்மையை உரைத்துவிட்டான். உள்ளே இருந்தும் ஒரு குரல் "பக்கத்தாத்து சர்மாவா? உமக்கும் ஒரு வட்டிலிலே தரட்டுமோ, கொஞ்சம் இருக்கு" என்று கேட்டது. குப்பு சாஸ்திரியின் முகத்திலே அசடு வழிந்தது. சர்மா, கோபத்தோடு, 'ஓய் நீர் ஓர் அயோக்யராக்கும். என்னை உண்ணாவிரதமிருக்கச் சொன்னீர். நீரும் இருப்பதா சத்யம் செய்தீர். இப்படி யாருங்காணும் சத்யம் செய்தூட்டு, திருட்டுத்தனமாச் சாப்பிடச் சொன்னா? உம்ம மானத்தை வாங்கவேண்டாமோ?" என்று சீறினார். குப்பு சாஸ்திரிக்குக் குளறத்தான் முடிந்தது. "இதோ பாருங்கொ சர்மா, இதைக் கேளுங்கோ..." என்று ஏதோ சமாதானம் செய்ய முயற்சித்தார். "என்னத்தைப் பார்க்குறதும், கேக்கறதும். இப்படிப்பட்ட அசத்யவாளர் இருந்தாலும், இவாளுக்குச் சொத்து உண்டு, பெண்களுக்கு இல்லைன்னு முறை இருப்பது ஒழிஞ்சாகவே வேணும், உம்மைப் போன்றவாளுடைய கொட்டம் அடங்க" என்று கூறிவிட்டு, வீட்டிற்கு வந்தார்! "ஏண்டி! சாம்பார் வத்தல்,துவையல் பூராவுமே தானம் செய்தூட்டாயோ,ஏதாகிலும் கொஞ்சமாவது இருக்கோ" என்று சகதர்மிணியைக் கேட்டார். "வயத்தைக் கிள்றதோ" என்று சகதர்மிணி கேட்டாள். "இல்லடி, நான் உங்க கட்சியிலே சேர்ந்துண்டேன். இலை போடு. இந்தப் பக்கத்தாத்துப் பாவி பேச்சைக் கேட்டு உண்ணாவிரதமிருக்கலாமென நினைச்சேன். அவன் என்ன செய்தான் தெரியுமோ? என்னை உண்ணாவிரதம் இருக்கச் சொல்லிவிட்டு, உள்ளே போய் அக்கார வடிசலை வயிறு கிழியச் சாப்டூட்டு,வாசத் திண்ணையிலே படுத்துப் புரள்றான். அவன்தான், பெண்களுக்குச் சொத்து தரலாமோ, சாஸ்திர விரோதமன்னோ, வேதகால ஏற்பாடு பாழாகலாமோன்னு பிதற்றினான். பேஷா தரணும், பெண்களுக்குச் சொத்து. ஐஸ்வரியத்துக்கே, லக்ஷிமி தேவின்னா அதிகாரி. பெண்கள், லக்ஷிமி அம்சமன்னோ, அவாளுக்குச் சொத்து பாதியதை இல்லைன்னு சொல்றது, முட்டாள்தனமன்னோ என்று சர்மா, மசோதாவை ஆதரித்துப் பேசினார்.

"அப்படிச் சொல்லுங்கோ! ஆதி நாட்கள், ஆதி நாட்கள் என்று பேசினா போதுமா? அறிவுக்குச் சரியானதுன்னு தோணினா, அனுசரிக்கத்தானே வேண்டும். இனிமேல், இந்தச் சட்டம் சீக்கிரம் வரணும்னு பேசும்" என்று புத்தி கூறினாள் சகதர்மிணி. "சரி! சாப்டுட்டுப் பேசுவோமே!" என்று காரியத்தைக் கவனப்படுத்தினார்,சர்மா. அந்தச் சாம்பாரும், துகையலும், வத்தலும், உள்ளேபோனால்தான், உறக்கம் வரும். ஆனால், பாவம்! அவர் அழாதது ஒன்று தான் பாக்கி, அம்மையாரின் மொழி கேட்டு, என்ன அது! "இப்போது ஏது,சாதம்? எல்லாம் எதிராத்துக்குக்கொடுத்தாச்சே. பாத்திரத்தைக்கூட அலம்பி ஆயிடுத்தே" என்றாள் அந்த அம்மையார். உள்ளே போய்ப் பார்த்தார். பள பளவெனப் பிரகாசித்தன பாத்திரங்கள். அவரைப் பார்த்துக் கேலியுடன் சிரித்தது.

★★★

9 788198 814364